Divine Tamil Poems

இறைத்தமிழ் கவிதைகள்

க. சுந்தர ராமன்

(Sundararaman Ganapathiraman)

Pictures Credit: Akshaya Bharadwaj, Thank you Akshaya.

படங்களை வரைந்தவர்: அக்ஷயா பரத்வாஜ், நன்றிகள் பல அக்ஷயா.

Translation Courtesy: Gemini.

மொழியாக்கத்தில் துணை: ஜெமினி.

உள்ளடக்கம்

(Table of Contents)

சமர்ப்பணம்

உங்கள் மூலம் ஒரு பயனுள்ள காரியம் நிறைவேற்றி வைக்க எல்லாம் வல்ல அந்த இறைவன் எனக்கு வழிகொடுத்துள்ளார்.

திருவானைக்காவல், திருச்சி சேர்ந்த பேராசிரியர் ஸ்ரீமதி புவனேஸ்வரி வெங்கடகணேஷ் அவர்கள், தம் புதல்விகள் ஆகர்ஷிணி மற்றும் ஆதர்ஷிணி தலைமையில் கடந்த ஏழு வருடங்களாக இறைவனின் திருநாமத்தில் திளைத்துக்கொண்டிருக்கும் முயற்சியில் "ஸ்மரணே சுகம்" எனப்படும் ஒரு சிறுமியரின் குழாமை நிர்வகித்துக் கொண்டிருக்கிறார். ஸ்ரீரங்கம் ஸ்ரீவெங்கடகிருஷ்ண பாகவதர் அவர்களின் வழிமுறையில் இக்குழாம் தங்களின் தவப்பயணத்தை ஞானக் கண்களையே ஊனக்கண்களாக கொண்டிருக்கும் வயலின் வித்வான் ஸ்ரீ லக்ஷ்மிநாராயணன் மற்றும் மிருதங்க வித்வான் ஸ்ரீ வெங்கடராமன் அவர்களின் துணையுடன் தொடர்ந்து வருகின்றனர்.

இந்த ஆயர்பாடி சிறுமியர் கூட்டம் 4 வயதிலிருந்து 27 வயது வரை உள்ள சுமார் 35 பெண்குழந்தைகளை தன்னுள் கொண்டுள்ளது. அவர்கள் இதுவரை 500 க்கும் மேற்பட்ட நாம சங்கீர்த்தனங்களை பல்வேறு இடங்களில் நிகழ்த்தி உள்ளனர். இந்த புனித பயணத்திற்கு உறுதுணையாக, நீங்கள் விலை கொடுத்து வாங்கியுள்ள இந்த புத்தக விற்பனையில் ஈட்டப்படும் முழுதொகையை (100%) "ஸ்மரணே சுகம்" குழுமத்திற்கு சமர்பணம் செய்வதில் மிக்க மகிழ்ச்சி அடைகிறேன். உங்களுக்கு என் மனமார்ந்த நன்றிகள்.

Dedication

By His grace, the Almighty has guided me to accomplish a worthwhile endeavour through you.

For the past seven years, Mrs. Bhuvaneswari Venkataganesh, Professor residing at Tiruvanaikaval, Trichy, has been guiding a group of young girls engaging them in the Namasankeerthanam immersing them in the divine name of the Lord, naming the team as "Smarane Sukham" (meaning "Joy in Remembrance") and her daughters Aakarshini and Aadarshini are the lead singers. Following the tradition of Srirangam Sri.Venkatakrishna Bhagavatar, this group continues its journey with the support of violin vidwan Sri R. Lakshminarayanan and mridangam vidwan Sri Venkata Raman, both of them see the world with the eyes of wisdom.

This Aayarpadi group of young girls comprises around 35 girls between the ages of 4 and 27. They have performed over 500 Namasankeerthanams in various places so far.

I am delighted to dedicate the entire proceeds (100%) from the sale of this book, which you have generously purchased, to the "Smarane Sukham" group as a token of support for their holy journey. My heartfelt gratitude to you all.

நன்றியுணர்வுகள்

அயராது உழைத்து என்னை ஆளாக்கிய எனது பெற்றோர் ஸ்ரீமதி ராஜலக்ஷ்மிக்கும், ஸ்ரீ கணபதி ராமனுக்கும் என்னுடைய மனமார்ந்த நன்றிகள். கவிதை பயணத்தில் துணையாக இருந்த என் மனைவி விஜயாவுக்கும், மகள்கள் ரமிதா, ரோசிதாவுக்கும் என் அன்பு.

பள்ளி நாட்களில் எனது எழுத்தாக்கத்திற்கு ஊக்கமளித்த திருச்சி அத்தை ஸ்ரீமதி பார்வதியும் அவரது குடும்பத்தினரையும், கல்லூரி நாட்களில் இராகம் இதழ் வெளியீட்டில் உறுதுணை புரிந்த இனிய நண்பர் வெங்கட கணேஷ் அவரையும் நன்றியுடன் நினைவு கூறுகிறேன். என் எழுத்துகளை தொடர்ந்து வாசித்து ஊக்கமளிக்கும் கண்ணன் அண்ணாவிற்கும், லாவண்யா பத்மநாபனின் சில சமூக வலைதள பகிர்வுகள் எனது சில கவிதைகளுக்கு கிரியா ஊக்கியாக இருந்ததால் அவருக்கும் என் நன்றிகள்.

என் இனிய நண்பர், திருச்சி ஈ.ஆர். உயர்நிலைப்பள்ளியில் சேர்ந்து படித்த பள்ளித் தோழர், ஸ்ரீ கோபால் குட்டி சாஸ்திரி அவர்களுக்கு, இந்த தொகுப்பிற்கு முன்னுரை எழுதியதற்கு நன்றிகள். நிதி சேவை துறையில் சாதனை படைத்த ஒருவரான கோபால், தனது முன்னோர்களின் பாரம்பரியமான ஸ்ரீரங்கம் கோவில் வாக்கிய பஞ்சாங்கத்தை ஆண்டுதோறும் கணக்கிட்டு வெளியிடும் பணியை மிகுந்த திறமையுடன் ஏற்றுக்கொண்டுள்ளார். இவர் தமிழ் இலக்கியத்தில் ஆர்வம் கொண்டவர் மட்டுமல்லாமல், நமது கலாச்சாரத்தையும் நாகரிகத்தையும் அடுத்த தலைமுறைக்கு பரப்புவதில் ஈடுபாடு கொண்டவர் ஆவார்.

Gratitude

With heartfelt gratitude to my ever-supportive parents, Smt. Rajalakshmi and Sri Ganapathi Raman, for their unwavering efforts in shaping me into the person I am today. To my wife Vijaya and daughters Ramitha and Rochita, my love for being my companions on this poetic journey.

I gratefully remember my Trichy Aththai Smt. Parvathy (paternal aunt) and her family who fostered a nurturing atmosphere for my writing during my school days. My thanks to my schoolmate and dear friend Venkata Ganesh who supported in publishing a college magazine Raagam back in the day. My gratitude extends to Kannan Anna who reads my writings regularly and encourages me to publish, and to Lavanya Padmanabhan whose social media posts have served as a creative spark for some of my poems.

Thanks to my dear friend Sri Gopala Kutti Sastry, my schoolmate from ER Higher Secondary School, Trichy, for writing the Foreword to this compilation. Gopal, an accomplished individual from the financial services industry, has meticulously taken up his forefathers' activity of calculating and publishing the Srirangam Kovil Vakaya Panchangam year after year. He is interested in Tamil literature and in spreading our culture & civilization to the next generation.

முன்னுரை: (ஸ்ரீமான் கோபால் குட்டி சாஸ்திரி)

பாரத சமுதாயம் மிகவும் தொன்மையானது. உலக மக்கள் யாவரும் ஒருமைப்பாட்டுடனும் அமைதியுடனும் இன்புற்று வாழ நம் முன்னோர்கள் அரிய தத்துவங்களையும் நெறிமுறைகளையும் ஆக்கித் தந்துள்ளனர். வேதங்களும், உபநிடதங்களும், இதிகாச, புராணங்களும் உணர்த்தும் பரம்பொருளின் மேன்மையை நம் பன்மொழி இலக்கியங்களில் இழையோடியிருப்பதைக் காணலாம்.

மஹாகவி பாரதியின் அடியொற்றி கவிஞர் சுந்தரராமன் தேசியத்தையும் ஆன்மீகத்தையும் இரு கண்களாகக் கொண்டு பல கவிதைகளைப் புனைந்திருக்கிறார். இந்து கடவுள்கள் வழிபாடு, கோவில் திருவிழாக்கள், நம்முடைய பண்டிகைக் கொண்டாட்டங்கள், சமுதாயச் சடங்குகள், வரலாற்றுப் பெருமைகள், பகவத்கீதையின் தத்துவங்கள், நவீன விஞ்ஞானம், நாட்டு வளர்ச்சி எனப் பற்பல கருத்துகளையும் எடுத்துக் கொண்டு அருமையான தமிழில் இலக்கண அழகோடு பாடல்களை உருவாக்கியுள்ள பாங்கு அடுத்தத் தலைமுறைக்கு தமிழார்வத்தை உறுதியாகக் கொண்டு சேர்க்கும். குருவருளாலும் இறைவனின் திருவருளாலும் இந்தப் பாடல்கள் நூல் வடிவம் பெற்று கற்போரின் இதயத்தில் நுழையும் தருணம் இது. உலக போகங்களில் மட்டுமே மூழ்கி பதற்றத்தோடு வாழும் நிலை மாறி நம் மக்கள் பக்தியோடும் உண்மையோடும் இன்பமயமான வாழ்க்கை வாழ இது வழி கோலும் என்பதில் ஐயமில்லை.

Foreword :(Sriman Gopal Kutti Sastry):

Indian society is very ancient. Our ancestors have created great philosophies and ethics to enable all the people of the world to live happily in unity and peace. The sublimity of the Supreme Being, as taught in the Vedas, Upanishads, epics, and Puranas, can be found woven into our multilingual literature.

Following in the footsteps of the great poet Mahakavi Bharati, the poet Sundararaman has composed many poems with nationalism and spirituality as his two eyes. His style of creating songs in beautiful Tamil with grammatical elegance, incorporating various themes such as Hindu god worship, temple festivals, our festival celebrations, social rituals, historical glories, the Bhagavad Gita's philosophies, modern science, and national development, will surely instil a strong sense of Tamil pride in the next generation. This is the moment when these songs, with the blessings of the Guru and the grace of God, take the form of a book and enter the hearts of the learners. There is no doubt that this will pave the way for our people to live a joyful life with devotion and truth, instead of being immersed only in worldly pleasures and living in tension.

1. தமிழ்வந்தனம்

வண்டுண்ட மதிகிறு நங்கைப்பூ நாணி

கண்டுண்ட ஞாயிறு ஒளிகீற்று வீச்சில்

விண்டுண்ட பிறைமதி உமையுறு சீலன்

பண்டுண்ட சுந்தர தமிழ்த்தட வந்தனம்!

தேனை உண்ட வண்டு மதிமயக்கத்தில் இருக்கிறது. அந்த பூவைப் போன்ற நங்கை நாணத்தில் இருக்கிறாள். அந்த காட்சியை தன் வீசும் ஒளி கதிரால் கண்டு களிக்கிறான் சூரியன். பிறைநிலாவை அணிந்த, விடத்தை விண்டு உண்ட உமையின் நாயகன் என் தலைவன் சிவபெருமானின் கருணையில் கவிதை எழுதும் திறன் பெற்றேன். இந்த இயற்கை காட்சிகளை பார்த்து சுந்தராகிய நான் எனது தமிழ்த்தடத்தில் வந்தனத்தை தெரிவித்துக் கொள்கிறேன்.

The bee that has eaten honey is in a daze. The girl who looks like that flower is shy. The sun is smiling as he sees that sight with his rays of light. I have gained the ability to write poetry through the grace of my Lord Shiva, the Lord of Uma, who wears the crescent moon and has swallowed poison. Seeing these natural sights, I, Sundar, am announcing my arrival on the Tamil channel.

2. விநாயகர் வந்தனம்

மெல்லிய மல்லிகை காற்றில் பரப்பிய நறுமணம்
சொல்லிய முறையில் அற்றம் அழியும் நல்குணம்
நல்லின மனிதர்கள் சுற்றிடும் புவியில் வாழ்விதம்
வல்வினை விடுபட வணங்கி வழிபடும் விநாயகம்!

செம்பருத்தி பூவிதழில் நீர்குமிழிகள்
அம்பலத்து கார்முகிலின் சீர்துளிகள்
பம்பரத்து சுழற்சியில் வாழ்நொடிகள்
தும்பிக்கை சமர்ப்பில் ஊழ்விடிதல்!

Prayers to Lord Ganesha

The gentle jasmine spreads its fragrance in the air,

Goodness disappears when it is not spoken about.

This is the way of life where good people live on earth,

Vinayaka, who is worshiped and worshiped to get rid of the strong spell!

Water bubbles are seen in hibiscus flower petals, gathering of dark clouds give these droplets, Time (in seconds) of our life spins like a top, Dedication to Lord Vinayaka helps to escape our destiny.

The poem is about the power of words and the importance of good deeds. The speaker believes that by speaking kindly and doing good, we can create a better world. They also believe that Vinayaka, the elephant-headed god, can help us to overcome obstacles and achieve our goals.

3. சரஸ்வதி வந்தனம்

கலையுருவில் வீணையும் அறிவுருவில் நூலையும்
வெண்கமலம் இருக்கை பரிவுணர்வில் படிகமும்
நிலையறிவில் ஞானமும் அறியாமை இருளகற்று
திண்புத்தியில் உலகளவு உன்சரணம் சரஸ்வதி!

Prayers to the Goddess of Knowledge

In the form of art, the veena,

In the form of knowledge, the book,

In the seat of the white lotus,

In the form of compassion, the crystal,

In the form of permanent knowledge,

Remove the darkness of ignorance,

In the form of firm intellect,

O Saraswati, we seek your protection all over the world!

This poem is inspired from the Sanskrit slokam which I have been reciting from childhood.

4. முருகர் தியானம்

வெண்திரி சாமர விசையசை நற்காற்று
இந்திர திருமகள் பரங்குன்ற மணமுடி
முந்திரி தேன்தினை மாவுணவளி மருகன்
முன்திரி மாசற மனவிருள் விலக்கொளி!

கருவிடை நெருநல் ஞாயிறு ஒளிசேர்
அறுவடை பெருநெல் பாயிரு ஒலிதீர்
கரும்பிடை கணுசாறு பற்குறி சுரக்க
அறுபடை துணையூறு நற்குறி பொங்குக!

வெண்மையான திரிகளில் செய்யப்பட்ட சாமரங்களை விசையோடு அசைப்பதனால் நல்ல காற்று உருவாக, இந்திரனின் திருமகளான தெய்வயானையை திருப்பரங்குன்றத்தில் மணமுடித்த முருகனுக்கு, முந்திரியும் தேனும் கலந்த தினைமாவை பிரசாத உணவாய் நான் அளிப்பேன் மருகா - நீ என் மனதில் உள்ள இருளை விலகச்செய்யும், முன் நீட்டி எரியும் திரியின் ஒளியாவாய்!

சூரியனின் ஒளிசேர்க்கையில் நேற்று கருவில் உதித்து பெரிய நெல்பயிராய் அறுவடைக்கு முகவுரையாக முடிவில் ஒலியோடு போரடித்து, கரும்பின் கணுக்களுகிடையே பற்களால் குறியமைத்து சுரக்கும் சாறுடன், அறுபடை முருகனுடைய துணை ஊற்றால் நல்ல காலம் பொங்கட்டும்!

Prayers to Lord Muruga

"May the good wind blow from the waving of fans made of white threads,

To Muruga, who married Deivayanai, the daughter of Indra, in Thiruparankundram,

I will offer millet flour mixed with cashews and honey as prasadam.

Oh Muruga, remove the darkness in my mind, and be the light of the lamp that burns before me!"

Sun helps in photosynthesis of the paddy crop to grow from embryo, leading to rice harvesting, paddy being beaten with sound to make rice & we bite our teeth in between sugarcane nodes to enjoy the secreted juice, thus with the support of Lord Muruga of six abodes let the good future swell well.

5. வைத்தியநாதர் வந்தனம்

விதிவலி கருத்தினை நலமாக இறைகரம்
மதிமிகு மருத்துவரை உளமாற பாராட்டு!
பைத்திய சிவநமச் சிவாயசிவ உறைகுரல்
வைத்திய நாதர் நோய்ப்பிணி நலம்பெறு!

சொல்லொண்ணா மனத்துயர் ஊன்வலி பஞ்சம்
உள்ளடங்கா கெடுபேர் கனாசகுன கிரகபலன்
பல்வேறு பேரிழிவு விடபயம் உபாதைகளிவை
புள்ளிருக்கும் வேளூர் பெருமானே நீக்கியருள்!

இறைவனின் கரமாக, விதி வலிது எனும் கருத்து உண்மையாக,
நலம் கொடுக்கும் அறிவு மிகுந்த மருத்துவருக்கு உளமாற
பாராட்டுக்கள்! நமச்சிவாய நமச்சிவாய என்று பைத்தியமாக
குரல்ஒலி எழுப்பி, வருகின்ற நோய்ப்பிணிகள் நீங்கி நலம்பெற
வைத்தியநாதரை வணங்குவோம்!

சொல்லமுடியாத மனதுயரம், உடல் வலிகள், பஞ்சம் (தரித்திரம்), அடக்கமுடியாத கெட்ட - பெயர், கனவுகள், சகுனங்கள், கிரகபலன்கள், பலவிதமான பெரிய அழிவுகள், விஷபயம், உடல் உபாதைகள், இவையனைத்தையும் நீக்கி அருள வேண்டும் வைத்தீஸ்வரன் கோவில் கொண்ட வைத்தியநாத பெருமானே!

Prayers to God of Healing

As the hand of God, the truth that fate is strong, heartfelt congratulations to the doctor who gives well-being!

Let us worship Lord Vaidhyanatha, who removes the diseases that come and get well by shouting like a madman, "Nama Shivaya Nama Shivaya!"

The second stanza of above Tamil Shloka is translated from a Sanskrit Shloka which is a part of the powerful Shiva Kavacham. The Shloka prays for freedom from all kind of sorrows. This Shloka will be a wonderful addition to our daily prayers.

> dussvapna duśakuna durgati daurmanasya
>
> durbhikṣa-durvyasana-dussahaduryaśāṃsi
>
> utpātatāpaviṣabhītimasadgrahārtim'
>
> vyādhīṃśca nāśayatu me jagatāmadhīśaḥ ||

O Lord of the worlds (Jagatamadheesha), destroy all bad dreams, bad omens, bad situations/poverty, mental suffering, famine/scarcity, terrible pains & sorrows, unbearable bad name, disasters/calamities, fear of poison, effects of bad planets, diseases, etc, and protect me!

6. சூரியனுக்கு ஒரு பிரார்த்தனை

ஒளிதீபமாய் ஏழுலகில் வாகைச்சூடிய சூரியன்
துளிகிரணம் ஆன்மீக அறியாமையை எரிக்கும்
வலிதுன்பம் பழிபாவம் செங்கதிரில் அழிந்திடும்
வளிமைந்தன் குருஆதித்யன் தழல் போற்றுவம்

சூரியன் வெற்றி வாகையில் ஒளி தீபமாக ஏழு உலகங்களிலும்
மிளிர்கிறான். அச்சூரியனின் கிரணத்தின் துளி நம் ஆன்மீக
அறியாமையை (kleśa) எரிந்து விடும். வலி, துன்பம் மற்றும் பழி
பாவங்கள் செங்கதிரில் அழிந்துவிடும். அனுமனுக்கு (வளிமைந்தன்
- வாயுவின் புதல்வன்) குருவான ஆதித்யன் (முதன்மை தெய்வம்),
அவனுடைய தழலை போற்றுவோம்.

jayatu Jayati sūryaṁ saptalokaikadīpaṁ

kiraṇaśamitapāpa kleśa dḥkhasya nāśam |

aruṇakiraṇa gamyaṁ ādiṁ ādityamūrtiṁ

sakala bhuvanavandyaṁ bhāskaraṁ taṁ namāmi ||

This is a prayer to sun god.

Let the sun be victorious and shine in all the seven worlds. He can destroy our sins, pain, distress by his sheer radiance. He is perceivable through his red rays, he is the ancient (first born) deity, Aditya. He is worthwhile to be worshiped by all (dwellers of) worlds. Therefore, I prostrate before him.

7. சிற்றம்பல வந்தனம்

வெந்நீரு உடல்பதம் வெளிமாசு நீக்கும்
வெண்ணீறு மெய்ப்பூச மனமாசு போகும்
கனீரென்று திருவாசக கவிகுரல் நாக்கு
கண்ணூறு வழிவிலக பிரதிதின வாக்கு.
திருஆனை சிற்றம்பல சிலந்தி பின்னல்
கருவறை வாசம்விட உதிதின நன்னாள்
மறுமுறை பிறப்பகல ஓதிடுவாய் நித்தம்
ஏறுமுகம் சிறப்பாக ஆறுமுகன் சித்தம்.

Hot water washes away the dirt on the body,
Wearing vibhuti over our body cleanses the mind.
Speak the words of the Thiruvaasagam with a clear voice,
So that evil eye never troubles us with every day chanting.
Thiruvanaikaval the temple of Lord Shiva with spider web
sthala purana,
Leave the stay in the womb to be born on this good day,
Avoid rebirth with every day prayers to the deity,
Will of Lord Muruga decides our ladder to success.

"பட்டென்று விட்டுயிர் துயரின்றி பட்டீஸ்வரனே
சட்டென்று குறைஉயிர் தயவின்றி துணைபுரிவனே
மட்டிலா கடைமுறை துணைநின்ற ஜம்புகேசனே
அட்டிலே இம்மூவரம் அருளிடாய் பரமசிவனே!"

மிகவும் சக்தி வாய்ந்த சமஸ்கிருத ஸ்லோகம்
"அனாயசே-ந மரணம், வினா தைன்யேன ஜீவனம்
தேஹிமே கிருபய ஷம்போ பக்திம் அச்சஞ்சலம்"
இந்த ஸ்லோகத்தை தமிழாக்கம் செய்யும் முயற்சியில்
இக்கவிதை.

"Anaayesaena maranam, Vinaa dhainyaena jeevanam
Daehi mae Kripayaa shambho, Thvaya bhakthim achanchalam"
Give me death without pain, grant me a balance life where I am not
dependent on anyone, give me your assistance in my last time, please
Parmeshwar grant me these three wishes.

8. பாதுகா பாமாலை

ஜெய ஜெயசங்கர ஹர ஹர சங்கர,
ஹர ஹர சங்கர ஜெய ஜெய சங்கர

சந்திர நகையும் சுந்தர வதனமும்
ஸ்ரீகாமகோடி பீட,
மந்திர மரமும் மயக்கங்களற்றும்
ஸ்ரீசந்திரசூட பகவ,
பந்தங்கள் நீக்கி எம் இதயத்துயிலும்
ஸ்ரீசந்திரசேகர ஸ்வாமி,
சந்தங்கள் எழுதி பாத கமலத்தில்
சரணடைந்தோம் யாமே!

கோடிபிறவி கூடிவந்த
குற்றங்களனைத்தும்,
நாடிசென்ற நலன்களற்ற
பரம்பரை வாசம்,
சாடி நின்ற இவையனைத்தும்
கணத்தில் விலக,
நீடுயர்ந்த ஞானம் நல்கிய
நும் பாதம் போற்றி!

சங்கர ரூப அணுவினும் சிறுத்தே
பிரும்ம ஐஸ்வர்யம்,
கிங்கரர் நினைப்ப தாண்டுதற்கெளிதே
சமுத்திர பந்தம்,
மங்களரூப மனத்தில் நினைத்தே

சங்கட நிவர்த்தி,
பங்கய பாதத்தில் சிரம் பதித்தே
எம் அறிவின் உயர்த்தி!

வாதம் கடினம் ஸ்ரீசங்கரர் நிகர்த்த
நாகம் விடுத்த நெற்றிக்கண்ணனும்
போதம் எளிமை ம்ருதுச்சொற்கள்
யோகம் ஒன்றில் மௌனகுருவே நும்
கீதம் இனிமை நிதமும் புதுமை
தாகம் வைத்தோம் நிலவு கண்களில் நும்
பாதம் பற்றிய நம்பிக்கை சொந்தத்தில்
வேகம் வைத்தோம் ஞான மார்க்கத்தில்!

மிகமிக சுந்தரம் மோஹன விக்கிரஹம்
தகதக ஜொலித்திடும் அங்க சௌந்தர்யம்
சலசல மொழியே ஸூரகுரு வென்றிடும்
கலகல மொழியே நெஞ்சம் சென்றிடும்
விடுவிடு மனமும் தர்சிக்க துடிக்கும்
கிடுகிடு வெற்றிகள் வந்து குவிந்திடும்
ஞானம் மலர்ந்த அமைதி தெய்வமே!
கானம் பூக்களை கனிவுடன் ஏற்பாய்!

மோகம் தடுப்பாய் சரணம் சரணம்
லோக குருவே சரணம் சரணம்
ஞானம் அருள்வாய் சரணம் சரணம்
ஸத்குருவே சரணம் சரணம்
சற்றே பேதையெமை இமை விரித்து
அணைப்பாய் சரணம் சரணம்
மற்றே மற்றவை நும் பாதம் பற்றியே
அழுதோம் சரணம் சரணம்!

இதயமே கரும்புவில்

சொற்களே புஷ்பபாணங்கள்,

நடமாடும் காமாட்சியே

தந்தையும் நீயே! தாயும் நீயே!

சுற்றமும் நீயே! சகலமும் நீயே!

வேதம் இங்கே மானுட தேகத்தில்

நாதம் இங்கே நயந்திடும் மொழியில்!

காலடி பூஜிக்க தேவர்கள் துடிக்க

நாலடி பிதற்றலில் எங்கள் நெஞ்சம் வெடிக்க

அழுகையில் ஆனந்தம்!

கண்களில் கண்ணீர்!

பார்வையின் புனிதத்தில்

நெஞ்சத்தில் பன்னீர்!

தருணம் இதுவே

சரணம் தேவா!

வருவழி மயக்கங்கள்

வழியினில் தொலைந்திட

வெறுப்புக்கள் விருப்புக்கள்

செருக்குகள் நொறுங்கிட

பந்தங்கள் யாவும்

கணமொன்றில் விடுபட

மரணத்தின் சலனங்கள்

சடுதியில் அறுபட

வாழ்வின் வைகறை

உய்வுடன் எழுந்திட

தேவா உம்முன்னே நிர்வாணம் நாங்கள்!

மறைப்பதற்கெதுவுமில்லை

கறைபட்ட நெஞ்சில் நும்

கைப்பட்ட பின்பு விடுபடும் துன்பங்கள்!

ஆனந்தம், இனி பேரானந்தம்!

நும் கருவிழி பெருவொளி
சலங்கைகள் கனிமொழி
அருளிடும் கரங்கள்
பாப மலையினை தகர்த்திடும்
தாமரை பாதங்கள்!
இவை முன்பு
ஞான ஆடை யாசித்து நிற்கிறோம்
பெற்றிடும் நம்பிக்கை
நிச்சயம் உண்டு!

ஜெய ஜெயசங்கர ஹர ஹர சங்கர,
ஹர ஹர சங்கர ஜெய ஜெய சங்கர

Poem & song in praise of Periyava - Jagadguru Sri Chandrasekarendra Swami of Kanchi Kamakoti Peetham. The song is also a personal expression of the singer's devotion to Swami. The singer expresses their desire to surrender to Swami and to follow his teachings.

O Chandrasekarar, the head of the Kanchi Kamakoti Peetham,
With your beautiful moon-like teeth and face,
With your magical tree and free from illusions,
With your lotus feet, we have surrendered to you.

All the sins that have accumulated over millions of births,
All the sufferings of our inherited lineage,
All these have disappeared in an instant,
By the grace of your supreme knowledge.

The wealth of Brahma is smaller than the atom of your form,
The ocean of samsara is easy to cross by your thought,
The problems of life are solved by thinking of your auspicious form,
By placing our heads at your lotus feet, our knowledge is elevated.

You are the great guru equal to Adi Shankara,
Who displayed the third eye and released the serpent,
Your words are gentle and easy to understand,
In the state of yoga, you are the silent guru.
Your songs are sweet and always new,
We are thirsty for your moon-like eyes,
With the confidence of holding your feet,
We have sped on the path of knowledge.

Your form is very beautiful and charming,
Your limbs shine brightly,
Your sweet words will defeat the gods,

Your playful words will reach the heart,
Our minds will be eager to see you,
Success will come in a hurry,
O God, who has blossomed with knowledge,
Please accept our flowers with kindness.

You will stop our attachment,
O world-guru, we surrender to you,
You will bestow knowledge,
O true guru, we surrender to you,
Please embrace us, O slightly foolish ones,
By holding your feet, we have cried,
We have cried for nothing else,
In our eyes are tears,
In the holiness of your gaze,
In our hearts is nectar,
This is the moment,
We surrender to you, O God!

Our hearts are like sugarcane bows,
Our words are like flower arrows,
O walking Kamakhya,
You are our father, mother, relatives, and everything,
The Vedas are here in the human body,
The melody is here in the language we love!
The gods are eager to worship your feet,
Our hearts burst with four-line verses,
Joy in tears!
Tears in the eyes!
In the holiness of your gaze,
In our hearts is sandalwood paste!

This is the moment,
We surrender to you, O God!

Let the illusions of the path disappear,
Let the hatreds and desires be crushed,
Let all the bonds be released in an instant,
Let the agitations of death be cut off suddenly,
Let the dawn of life rise with salvation,
O God, we are naked before you!
There is nothing to hide,
When you touch our stained hearts,
The sufferings will be released!
Joy, and now supreme joy!
Your large eyes of light,
Your tinkling anklets, your sweet words,
Your merciful hands,
Your lotus feet that will destroy the mountain of sin,
Before these,
We are begging for the garment of knowledge,
The confidence of receiving it is certain!

The poem and song are both in praise of Sri Chandrasekarendra Swami, also known as Periyava, the 68th Jagadguru Sankaracharya of Kanchi Kamakoti Peetham. Periyava was a highly revered Hindu saint and scholar who lived from 1894 to 1994. He was known for his wisdom, compassion, and dedication to the teachings of Sri Adi Shankara.

The poem and song both express the poet/singer's devotion to Periyava and to the Kanchi Kamakoti Peetham. They describe Periyava's greatness as a spiritual teacher and his compassion for all beings. They also praise the Kanchi Kamakoti Peetham as a center of learning and spiritual growth.

9. அன்னை அகிலாண்டேஸ்வரி பிரார்த்தனை

(துன்ப நிவர்த்தி நவமாலை)

அகிலம் ஆளும் அம்பிகையே,
அன்னை அகிலாண்டேஸ்வரியே...
அனுதினம் உனை துதிப்பேன்,
அன்னை அகிலாண்டேஸ்வரியே...

ஆனைக்காத்த ஜம்புலிங்கம்
அன்னையே நீ உவந்தருளி,
துக்கத்தின் தாக்கம் நீக்க
பூமி காக்க வேண்டும்மம்மா...(அகிலம்)

பஞ்சபூத நீர்கரை அப்புலிங்கம்
அம்மையே நீ மனமிரங்கி,
துயரத்தின் ஆக்கம் போக்க
அவனி காக்க வேண்டும்மம்மா...(அகிலம்)

வெண்நாவல் நாகவல்லிப்பூ படைத்தேன்
தாயே நீ கருணைக் கொண்டு,
துன்பத்தின் கடுமை குறைய
தரணி காக்க வேண்டும்மம்மா...(அகிலம்)

ஸ்ரீசக்ர தாடகங்கள் சினம் குறைக்க
காளி நீ உக்கிரம் பொங்கி,
சோகத்தின் வீரியம் விலக
புவி காக்க வேண்டும்மம்மா...(அகிலம்)

திருநீரு பொன்னான பிரகாரச் சுற்றிலே
அம்மா நீ கண்ணருள் வைத்து,
உபாதை கொடூரம் ஒழிய
ஜகம் காக்க வேண்டும்மம்மா...(அகிலம்)

உச்சிக்கால பூஜையிலே அம்மைஅப்பன்
துர்கை நீ உள்ளம் குளிர்ந்து,
மனதளவின் துயரம் நீங்க
பார் காக்க வேண்டும்மம்மா...(அகிலம்)

யானை புகா சிறுவாசல் நான் நுழைந்தேன்
சௌம்ய ரூபி தயை செய்து,
உடலளவின் துன்பம் அகல
வையம் காக்க வேண்டும்மம்மா...(அகிலம்)

சிலந்தி வலை வழிபாட்டில் சிவலிங்கம்
ஈஸ்வரி நீ இறங்கி வந்து,
உற்றாரின் சோகம் விலக
மேதினி காக்க வேண்டும்மம்மா...(அகிலம்)

காவேரிக்கரை வீடுற்ற உமையம்மை
அகிலா நீ அன்பு காட்டி,
உறவினத்தின் துக்கம் விடுத்து
காசினி காக்க வேண்டும்மம்மா...(அகிலம்)

Mother Akilandeshvari - A Garland of Nine Prayers to Remove Suffering

O Mother, Akilandeshvari,
Ruler of the universe,
I will sing your praises every day,
O Mother, Akilandeshvari.

O Mother, who dwells in the Jambu Lingam at Aanaikaa,
Please grace us with your blessings,
To remove the effects of suffering,
And protect the earth, Mother.
O Mother, who dwells in the Appu Lingam on the banks of
the five elements,
Please have mercy on us,
To remove the cause of sorrow,
And protect the sky, Mother.
I have offered a garland of white jamun and Cannonball flowers,
O Mother, please be compassionate,
To lessen the severity of suffering,
And protect the earth, Mother.
O Kali, please let your rage subside,
To reduce the anger with the Sri Chakra,
And remove the strength of sorrow,
And protect the earth, Mother.
O Mother, please let your gaze fall upon
The golden outer corridor of the temple,

To eliminate the cruelty of suffering,

And protect the world, Mother.

O Durga, may your heart be cooled,

During the noonday worship of Mother and Father,

To remove the mental suffering,

And protect the city, Mother.

I have entered the small gate that even elephants cannot pass through,

O gentle one, please be merciful,

To remove the physical suffering,

And protect the earth, Mother.

O Isvari, please descend and come to us,

During the worship of the Siva Lingam in the spider's web,

To remove the sorrow of our loved ones,

And protect the earth, Mother.

O Umai, who dwells on the banks of the Kaveri,

O Akila, please show your love,

To remove the sorrow of our relatives,

And protect the river, Mother.

O Mother, Akilandeshvari,

We pray to you with folded hands,

To remove all suffering from the world,

And protect us all.

This poem is a prayer to the Hindu goddess Akilandeshvari, who is the ruler of the universe. The poet prays to her to remove all suffering from the world, including physical, mental, and emotional suffering. He also prays for protection from harm.

10. தமிழனின் ஹிந்து இறைத்தமிழ் மாதங்கள்

சித்திரையில் நித்திரை விடுத்த புதுவருடம்
வித்தகராய் சத்தியராய் ஸ்ரீராமன் பிறந்தார்
வைகாசியில் கைலாச நாதர் தீப்பொறியில்
சைவர்கள் வேல்முருகு அறுபடை விசாகம்
ஆனிமாதம் ஆடல்வல்ல நடராஜ ராஜசபை
தோணிநமது வாழ்வியல் மாணிக்க வாசகம்
ஆடிப்பெருக்கு அரங்கன் அருள் ஸ்ரீரங்கம்
தேடிவருவோம் மாதம் வெள்ளி அம்மனிடம்
ஆவணி அவிட்டம் பண்டிகை வேதத்திற்கு
ரோகிணி கண்ணன் சதுர்த்தி விநாயகனும்
புரட்டாசி புண்ணியம் திருமலை உத்சவம்
விரட்டிடும் சனீஸ்வரர் வழிபாட்டில் விரதம்
ஐப்பசி திங்கள் கொண்டாட்டம் தீபாவளி
சுப்பிரமணியர் சூரசம்ஹாரம் கந்தர் சஷ்டி
கார்த்திகை பரணி தீபம் திருவண்ணாமலை
நேர்த்தியாக விரதத்தில் ஸ்ரீஜயப்ப தியானம்
மார்கழி நோம்பு திருப்பாவை திருகோலம்
நேர்வழி வைகுண்டம் ஜெயந்தி அனுமன்
தைப்பிறக்க வழிபிறக்கும் தமிழ் பொங்கல்
பைந்தமிழ் முருகன் தீர்த்தகாவடியில் பூசம்
மாசிமாதம் மகாசிவ ராத்திரியாய் கண்விழி
காசிநாதன் மகாமகம் புண்ணிய குளியல்
பங்குனி உத்திரம் தேரோட்டம் பழனியில்
தங்குநீ தமிழன் போற்றுவாய் தமிழ்மாதங்கள்

The Hindu divine Tamil months of the Tamilians

Chithirai
The start of Tamil new year, leaving behind the slumber
Embracing truth, the valiant Sri Rama was born
Vaikasi
Lord of Kailasa Shiva casts fire in Vaikasi to birth of Lord Murugan
Saivites celebrate the Arupadai Veedu festival of Lord Murugan
Aani
In the month of Aani, the dancing Nataraja graces the royal court
In our lives, the Thiruvasakam by Manikkavasakar is a boat,
helping us sail
Adi
The Aadi Perukktu festival marks the blessings of Lord Ranganatha
at Srirangam
We seek the grace of Goddess Amman on the auspicious Fridays
of this month
Avani
The Avani Avittam festival is dedicated to the Vedas
We celebrate births of Lord Vinayaka on Chaturthi Lord Krishna on
Rohini
Purattasi
Punya in Purattasi, the festival of Lord Venkateswara at Tirumala
We appease Lord Shani through our prayers and fasting
Aippasi
Joyous celebrations of Deepavali in the month of Aippasi
Lord Subramanya slays Soorapadma in the Kandar Shashti festival

Karthikai

The Karthikai Deepam festival illuminates Thiruvannamalai

We meditate on Lord Ayyappa with devotion and fasting

Margazhi

Fasting and devotional songs of Tiruppavai in Margazhi

We seek the path to Vaikuntha and celebrate the Jayanthi of Hanuman

Thai

Tamil Pongal, with the new the harvest opening new beginnings

We worship Lord Murugan at the Palani temple with offerings of holy
water Kavadi

Maasi

Maha Shivaratri, a night of devotion and vigil in the month of Maasi

Mahamagam holy bath in the sacred waters of Kumbakonam
celebrating Kasinathar

Panguni

The chariot festival of Lord Murugan in Palani in Panguni

Let us forever honor the glorious Tamil divine months, oh Tamils!

The poem beautifully describes how Tamilians celebrate their divine
Tamil months throughout the year. Each month has its own unique
and ancient Hindu festivals, traditions, and deities that are honored.
The poem conveys a deep sense of reverence for Tamil culture and
Hindu heritage.

11. கொண்டாடுவோம் தீபாவளி திருநாள்!

மகனென்றும் பாராமல் நாணேற்றிய சம்ஹாரம்
ஜகமிளுரும் ஓரிரவில் நாமிணைந்த மந்தகாசம்
அகமிகழும் அன்பாலே இனிப்புடன் சந்தோஷம்
சுகமென்றும் தங்கிடவே ஒளிஒலியில் தீபாவளி!

Let us celebrate the Diwali festival !

First line: This line highlights Satyabhama's unwavering commitment to justice and her willingness to put the needs of the world above personal considerations. She took up the bow and arrow and destroyed Narakasura, who brought shame and suffering to the world, even though he was the son of Vishnu, her divine husband.

Second line: This line celebrates the sudden transformation from darkness to light, from despair to hope, that follows the defeat of evil. The fragrance of unity symbolizes the coming together of people, communities, and the world in a shared sense of joy and relief.

Third line: This line emphasizes the deep-seated happiness and joy that arises from the victory of good and the restoration of peace. The word "இனிப்பு" (sweetness) could also be interpreted as a reference to the traditional Diwali sweets that are enjoyed during the festivities, further adding to the sweetness of the occasion.

Fourth line: This line expresses a wish for the continued presence of the joy, hope, and positivity that Diwali brings. The phrase "ஒளிஒலியில்" (in the light and sound) symbolizes the festive atmosphere and the triumph of light over darkness.

Overall, the poem beautifully captures the essence of Diwali, celebrating the victory of good over evil, the power of divine feminine energy, and the joy of unity and togetherness. It is a reminder that even in the darkest of times, there is always hope for the light to shine through.

12. வேதத்திற்கு ஒரு பண்டிகை - ஆவணி அவிட்டம்

ஊரோடு விஷ்ணுபுர ஆவணி அவிட்டம்
நீரோடு அரசலாறு படித்துறை கூட்டம்
மோதிர விரல்நுனி தர்ப்பைக் கூர்ச்சம்
ஓதிட குரல்இனி சுரைப்பை பாய்ச்சம்
எருக்க இலை விளிம்பில் விழுதீர்த்தம்
இருக்க பலகை விழுநீர் பஞ்சபார்த்தம்
எள் இரையரிசி நீர்தர்ப்பண மந்திரம்
சொல் இறைமுதை அர்ப்பண யந்திரம்
உருளை மண்பிடி ரிஷிமுனி சம்மானம்
ஒருகுரல் உயர்வுடு எழுமினி சாமகானம்
ஞாழல் மிளிராய் பெருமாள் காணல்
மழலை முதலாய் மான்தோல் பூணூல்
மடம் நிறைய தீக்ஷிதர் மறையொலி
குடம் குறைய பஞ்சகவ்ய பகிர்வுஅளி
ஆக்கிய பவித்திரம் புனிதநிலை ஏற்றம்
யக்யோ பவீதம் உலகநலம் போற்றும்!

Avani Avittam - a festive day to celebrate Vedas - Hindu's sacred text

This poem describes the Avani Avittam festival, which is celebrated by Hindus to honor the Vedas. The festival is held on the 11th day of the waxing moon in the month of Avani (August-September).

The poem begins by describing the setting of the festival, which is in the village of Vishnupuram on the banks of the Arasilar River. A group of people gather to celebrate the festival, and they prepare for the rituals by sharpening the darbha grass and pouring the sacred water.

The main rituals of the festival are then described. The people recite mantras and offer water, rice, and sesame seeds to the Vedas. They also offer the earthen pot to the rishis and sages, and they sing the Sama Ganam, a sacred chant.

The poem ends with a description of the culmination of the festival, which is the sight of Vishnu shining like the sun. The people wear the sacred thread made of deerskin, and they hear the mantras of the initiated. They also share the panchagavya, which is a mixture of what sacred cow offers milk, yogurt, ghee, dung, and urine.

The poem celebrates the importance of the Vedas in Hindu culture. The Vedas are the sacred texts of Hinduism, and they contain the wisdom of the ancient sages. The Avani Avittam festival is a way for Hindus to honor the Vedas and to reaffirm their commitment to the Hindu faith.

13. கார்த்திகை தீபமாய் நம் வாழ்வு!

என்புதோல் விளக்குடல் எண்ணெய் பாய்குருதி
பண்புநிறை ஐம்புலனே நன்னயமாய் பஞ்சுதிரி
மடங்குமூளை அறிவும் துடிஇதயம் மனவுணர்வும்
அடங்கும்வரை செஞ்சுடரே தொடர் ஒளிவாழ்வு!

Our life is like a Karthigai Deepam

The bone and skin are the lamp base, the flowing blood is the oil
The five senses are the wick, filled with good qualities
The folded brain with knowledge, the beating heart with feelings
is the flame
May our life be a bright life, carrying the orange glow until it
is extinguished!

Explanation:

Karthigai Deepam is a Hindu festival celebrated in the month of Karthigai (November-December) in India. It is a festival of lights, and the main ritual is to light a lamp. The poem compares human life to a Karthigai Deepam.

14. மார்கழியில் வழிபாடு

43

சாற்றிய பறை மார்கழி துயிலழி
ஆற்றின் கரை நீராடி குளிரொழி
சேற்றில் மலரும் முளரி முறுவல்
காற்றில் பலரும் சிதறி பண்கூறல்
ஆற்றிய உரையில் சுவை தித்திப்பு
ஏற்றிய குரலில் பாவை பாச்சூடல்
ஈற்றில் தங்குக நன்வழி மார்க்கம்!

Worship in Margazhi

Margazhi's drum awakens the slumbering world,
Cool riverbanks whisper of joys unfurled.
From mud-kissed beds, lotus blooms shyly unfold,
While windswept voices, like scattered pearls, their stories unfold.
Words drip with sweetness, a nectar divine,
Raised voices weave hymns, where devotion entwines.
In this season's end, may virtue be your guide,
As maiden's melodies, in Thiruppavai or Thiruvempavai, sweetly ride.

The poem is about the month of Margazhi, which is a time for celebration and renewal. Daily singing of Thiruppavai or Thiruvempavai is a traditional way to mark this month.

15. தங்கிடும் இறைவழியில் பொங்கிடும் பொங்கல்

பொங்கும் பொங்கலின் நெற்பயிர் விளைநிலம்
தங்கும் அருள்இறைவியாம் எங்கள் பூமிதேவி
பொங்கும் பொங்கலின் நிலம்பாயும் தண்ணீர்
தங்கும் அருள்இறைவியாம் எங்கள் காவேரி
பொங்கும் பொங்கலின் சுவையூட்ட வெண்பால்
தங்கும் அருள்இறைவி எங்கள் குலகோமாதா
பொங்கும் பொங்கலின் மூட்டிய கனல்நெருப்பு
தங்கும் அருள்இறைவன் ஒளியாய் அக்னிதேவன்
பொங்கும் பொங்கலின் விண்ணிலே செஞ்சுடர்
தங்கும் அருள்இறைவன் பகவானாய் சூரியன்
பொங்கும் பொங்கலின் மார்கழி விடுத்தகுளிர்
தங்கும் அருள்இறைவன் காற்றிலே வாயுதேவன்
பொங்கும் பொங்கலின் பூட்டிய வண்டிக்காளை
தங்கும் அருள்இறைவன் சிவகணம் நந்திதேவர்
பொங்கும் பொங்கலின் கரும்பினில் காமாட்சி
தங்கும் அருள்இறை மஞ்சளில் சமயபுரமகமாயி
பொங்கும் பொங்கலின் அருசுவை அர்ப்பணம்
தங்கும் கடவுளர் அனைவரின் அருள்ஆசியில்
பொங்கும் ஊர்சனமும் தங்கும் உறவினர்களும்
பொங்கும் மனமகிழ்சியும் தங்கும் குதூகலமும்
எங்கள் தமிழகத்தின் ஹிந்துசமூக பண்டிகை!

Bountiful Pongal in the Path of God

The paddy fields that bloom in Pongal
Are home to the divine goddess, our Mother Earth.
The water that flows through the land in Pongal
Is home to the divine goddess, our Kaveri.
The milk that adds Flavors to Pongal
Is home to the divine goddess, our clan cow.
The burning fire that is lit in Pongal
Is home to the divine god, Agnidevan.
The red glow in the sky in Pongal
Is home to the divine god, Lord Surya.
The cold that dissipates in Pongal ending Margazhi
Is home to the divine god, Vayudev.
The bullock that is tied to the cart in Pongal
Is home to the divine god, Nandidev, the attendant of Shiva.
The Kamaakshi who holds the sugarcane in Pongal
Is the divine goddess Mahamayee of Samayapuram is remembered
with turmeric plant bunch.
The delicious offering of Pongal
Is made with the blessings of all the gods.
The visiting of the village and the gathering of relatives in Pongal
Are filled with joy and excitement.
It is the Hindu festival of our Tamil society!

16. சங்கீத சாம்ராஜ்யங்களின் சங்கமம்

தானெனும் மமதையொழி ஒருமித்த நாதகீதம்
ஊுகொண்டும் உயிரெனும் சமநிலை லயசங்கீதம்
அநாகநாதம் தியாகராஜ கானம் பஞ்சரத்தினம்
சனாதனத்து சுரராகம் திருவையாறு ஆராதனம்
கருநாடக சங்கீத சாம்ராஜ்யங்களின் சங்கமம்

Confluence of Musical Empires

A unified melody that transcends ego

A rhythmic melody that balances body and soul

The Pancha Ratna of Thyagaraja's divine music

The sacred raga of Thiruvaiyaru Aradhana

The confluence of the empires of Carnatic music

The poem describes the beauty and power of Carnatic music, a classical music tradition from South India. It speaks of the importance of unity, balance, and spirituality in music. The poem references two important aspects in Carnatic music: Thyagaraja, a renowned composer, and Thiruvaiyaru, a town that is home to a famous music festival.

17. நடந்தாய் வாழி காவேரி

திரைகடல் குரவை ஆழி உவர்நீர் மாறி
செங்கதிர் வெப்ப நீராவி மேகமூட்டாய்
குடகுமலை மழைச்சாரல் பிரம்மகிரி
ஈன்றசினை காவேரித்தாய் வற்றாசுனை
ஆடுதாண்டும் அகலமில்லா நிலைவிட்டு
பவானி நொய்யல் துணைத்தோழிகள்
பொன்னி நதி பொங்குப்புனல் புணரி
அகண்டகாவேரி திருச்சி நகர நாயகி
ஸ்ரீரங்கத் தீவாய் கொள்ளிடக்கிளை
அரசலாறு, வெண்ணாறு, வெட்டாறு
குடமுருட்டி புதுஆறு, மன்னியாறு
கழனிநாடு வரம்புயர நெல்லுழுதுண்ட
பிரிந்த பரந்த நீர்சார்ந்த நிலபரப்பு!

May the Kaveri, ever-flowing and revered, forever bless our land (taken from Silappathikaram).

We have largely been an agrarian society dependent heavily on well managed water resources for many centuries. Now with the advent of economic development devoid of sustainability initiatives, we are facing serious challenges of water scarcity.

Various words for kadal - Sea / Ocean - thirai kadal, Kuravai, Aazhi - all these stores saline water which changes to water vapour due to sun's rays and become clouds

In Kudagu hills clouds pour rain and Bhramagiri is (pregnant with water - symbolically for clouds over that hills) origin of mother Kaveri as perennial water source Kaveri river width is so small that even a goat can cross along the origin but opens up with large width Bhavani, Noyyal rivers as tributaries – friends Called a Ponni - Cauvery gushes like sea waves Called Akanda Kaveri and queen of Trichy city Srirangam becomes an island between Kaveri and Kollidam Cauvery branches as Arasalaru, Vennaru, Vettaru, Kudamuruti aaru, Pudhu aaru, Manniaru Small paddy fields are filled to the brim with this water. The whole Cauvery delta gets water with these means.

18. ஸ்ரீரங்கத்தில் ரங்க தரிசனம்

கிடுகிடுவென எயிறதிர குளிர்காலை வளர்பிறை
சலசலவென பகல்பத்தில் திருமொழித் திருநாள்
விடுபடுதிசை வேகம் வைகுண்ட பரமபதவாயில்
கலகலவென நர்த்தனநடை ரத்னாங்கி ரங்கன்
ஏகதிசை மார்க்கமாய் ஏகாதசியில் ரங்ககோஷம்
தாகமிசை இராபத்து திருவாய்மொழி திருநாள்
வேகவிசை வையாளி திருமங்கையின் வேடுபரி
ராகஒசை கீதஒலியாய் திருப்பல்லாண்டு பாசுரம்
ஆயிரங்கால ஆயிரங்கால் மண்டபத்து தரிசனம்

The Darshan of Ranga at Srirangam

The poem beautifully captures the spiritual significance of the Margazhi celebrations at Srirangam. The poet uses vivid imagery and evocative language to create a sense of awe and wonder at the sight of Ranga, the reclining form of Vishnu. The poem begins with a description of the early morning chill, which sets the mood for the rest of the poem. The poet then describes the ten days of Thirumozhi Thirunal, which are filled with vibrant celebrations. On the eleventh day, Vaikunta Ekadasi, the door to Paramapatham is opened. This is a symbolic gesture of the lord's willingness to welcome all into his presence. The next ten days, Erapathu, are also filled with celebrations. The poet describes the Vaiyali dance, which is a joyous and festive celebration of the lord. He also mentions the story of Vedu Pari, which is a story about the saint Thirumangai Azhvar. The poem concludes with a description of the Thirupallandu Pasuram, which is a compilation of Vaishnavite Tamil poetry. The poet imagines that thousands of eyes are having the darshan of Ranga in the thousand-pillared Mandapam which is more than thousand years old.

19. கர்நாடகா கோவில்கள் ஒரு கவிமாலை!

பத்ராநதி கரையோர தென்காசி காலேஸ்வரர்
நித்திய உணவிற்கு ஹொாரநாடு அன்னபூர்ணா
அத்வைத சித்தாந்த சிருங்கேரி வித்யாசங்கர்
மத்தளஒலி பக்தியில் கொல்லூர் மூகாம்பிகா

அரபிக்கடல் ஓரத்தில் ஓங்கிஉயர் முர்தேஷ்வர்
கரம்கூப்பி நாம்வணங்க ஆனகுடா விநாயகர்
வைரகீரிடம் ஜொாலித்திட உடுப்பி கிருஷ்ணன்
பரமேஸ்வரி இறையருள நந்தினிநதி கட்டீல்

மஞ்சுநாத சுவாமியியவர் நேத்ராவதி தர்மஸ்தலா
அஞ்சாதே அருள்வார் செளதட்கா மகாகணபதி
சஞ்சலம் நீக்கியிங்கே குக்கே சுப்பிரமணியர்
தஞ்சமடை பக்தியில் கர்நாடக இறைபயணம்!

Karnataka Temples:
A Garland of Poetry

On Bhadra's banks, South Kashi's Kalaseshwara stands,
Where Annapoorneshwari of Horanadu lends a helping hand.
Advaita wisdom in Sringeri's halls takes flight,
While Kollur's Mookambika dances in devotion's light.

Murdeshwara's Shiva soars by the Arabian Sea,
Anegudde's Vinayaka greets with hands on bended knee.
Udupi Krishna sparkles bright, a diamond crown his own,
And Nandini's embrace holds Parameshwari's sacred throne.

Dharmasthala's throngs surge ever near the Nethravathi's flow,
Soudhadka's open skies where Mahaganapati doth grow.
Kukke Subramanya, lord of serpents, calms the soul's dismay,
A pilgrimage of faith through Karnataka's sacred way.

This poem evokes the spiritual essence of Karnataka through imagery and emotion, celebrating the diverse tapestry of temples and deities that adorn the land.

20. கோலங்கள்

விடியலின் துவக்கம் தினமொரு கோலம்
பொடிபுள்ளிகள் ஆக்கம் பலவகை சாலம்
படிவாசலின் முன்னம் திறன்நிறை ஞாலம்
வடிகாலாய் எண்ணம் வெளிப்படும் காலம்

அன்றாட வாழ்வில் கலைநயம் கலந்திட
மன்றாடும் ஊழ்வில் நல்லதினி நடந்திட
என்றோயிது பழக்கம் வந்த நடைமுறை
சென்றோடும் தமிழோடு இனி தங்கட்டும்

Rangoli

The beginning of dawn is a daily rangoli,
The creation of dots and lines is a variety of art,
In front of the doorstep is a world full of talent,
It is a time when thoughts flow out like a stream.
To add artistry to everyday life,
To pray that good things happen in the fate,
This practice that has come as a habit for ages,
May it stay with the flowing Tamil forever.

This Tamil poem is about rangoli, a traditional Indian art form that is often created on the floor of homes and temples. The poem begins by describing the beauty and significance of rangoli. Rangoli is a symbol of good luck and prosperity, and it is believed to bring happiness and peace to the home. The poem also celebrates the creativity and artistry of rangoli makers.

The poem then goes on to express the hope that rangoli will continue to be a part of everyday life in Tamil culture. The poem suggests that rangoli can help to add beauty and artistry to our lives, and it can also be a way to express our hopes and dreams.

21. இரட்டை ரோஜா- புறக்கருவி உணர்வும், அகக்கருவி உணர்வும்

கேள்பார் தொடுநுகர் சுவைஜம் புலன்கள்
மேல்சார் உள்ளுறை இருபுலன் பலன்கள்
புறக்கருவி அகக்கருவி இவ்விரு உணர்வு
சிறம்படவே இருரோஜா இறைவு புணர்வு

Twin Rose - proprioception and interoception

The poem "Twin Rose" speaks about the two types of sensory perception: external and internal. The five senses of sight, touch, taste, smell, and sound are considered external senses, as they allow us to perceive the world around us. The internal senses, on the other hand, are those that allow us to perceive our own bodies and minds. These include emotions, thoughts, and sensations.

The poem compares the union of proprioception and interoception - external and internal perception to the union of two roses. This union is described as a divine union, as it allows us to experience the world in a more complete and holistic way.

22. சங்கு

குடற்காலி மெல்லுடலி விட்டுயிர் எழிலோடு
படர்ஒசை சங்கொலி ஈசனுணரும் வழியாக
இடம்புரி வலம்புரி நன்முத்தாய் வழிவிதிக்க
உடற்கூடு சுடர்விடுமே செவுள் செம்மொழி

Shankha, The Conch

O conch, a beautiful shell of a gastropod,
Your resonant sound is the path to realizing the Lord.
Left-whorled and right-whorled, you are a precious pearl,
Guiding us on the path.
Let your body shine,
And let your sweet words fill our ears.

The poem "சங்கு" (shankha) is a beautiful ode to the conch shell, a sacred symbol in Hinduism. The poem describes the conch's beauty, its sound, and its significance in religious rituals.

23. புதுவித பூமாலைகள்

பாமாலைகள் பலவிதம் எழுத்துத் துணையல்
பூமாலைகள் விதம்விதம் சிறப்புப் பிணையல்
கூட்டிஎழுதி இயற்றமிழ் செய்யுள் அமைத்தல்
சூடிக்கொடுத்து இறைப்பணி மெய்யுள் சிறத்தல்

நிறங்கள் இணைந்திடும் சிறுமாலை சிறப்பு
கரங்கள் படைத்திடும் சரமாலைகள் பிறப்பு
பேரும் பெற்றிடும் கோதையின் புனைதலில்
நாரும் மணத்திடும் இறைநாசி கமழ்ந்திடும்

பூவும்தழையும் நிலமாலை விருப்பக் கட்டுதல்
மேவும்இழை பூக்கள் கதம்பமாய் தொடுத்தல்
கலந்திடும் கமலத்தில் கபாலீசன் கருணை
அலங்கல் அழகிலே அரங்கன் அருளிடுவான்

பூங்காவனம் பூப்பறிப்பில் பூக்கூடை பூரணம்
பூங்கொத்து பூச்செண்டு பூமாலை பூந்துகில்
புதுமலர்கள் புதுவித புனைதலில் புதினங்கள்
பூவேலை புன்னகையில் பூப்பாளே பூக்காரி

Newfangled Garlands

Garlands of letters, a myriad of written companions,
Garlands of flowers, a tapestry of splendid connections,
Composed in unison, a Tamil verse is born,
Adorned, it elevates the soul's devotion.
Colours intertwined, the charm of a small garland,
Hands crafting garlands, a new birth,
Renowned in the land of Kothai's artistry,
Fragrant with flowers, the divine presence fills.
Flowers and leaves, a garland of earthly desire,
Interwoven threads, strung into a fragrant Kadamba,
In the lotus' embrace, Kapaleeshwar's grace,
In adorned beauty, Arangan bestows his blessings.
The garden, a bounty of flowers, a basket full,
Bouquets, floral arrangements, garlands, and floral shawls,
Fresh blooms in newfangled artistry,
The flower maiden's smile blossoms with floral work.
The poem celebrates the beauty and artistry of garlands, both literal
and metaphorical. The poet uses imagery and symbolism to evoke a
sense of devotion and spiritual connection.

(Inspired by the FB postings of Lavanya Padmanabhan on her
designer flower garlands as offerings to Gods)

24. நாகலிங்கப்பூ

படமெடுத்து மடல்மடக்கி சீற்றமுடன் நாகம்
விடகழுத்தும் உடலெங்கும் நீறுபூசி லிங்கம்
அடவென்று அற்புதமாய் நறுமணத்து புஷ்பம்
தடமெங்கும் தமிழமுதம் நாகலிங்கப் பூமரம்

Cannonball Flower

Unfurling its portrait, enchanting with a serpent's hiss,

In the dance of verses, like Shiva's neck with poison's trace, as sacred ash adorns,

Ascending with wonder, a wondrous bloom of divine fragrance,

Rooted deeply, Tamil's essence, a Cannonball flower in full radiance.

The poem talks about

1. Cobra, the Snake, a symbol of grace and mystery, captivates with its hooded dance and hissing symphony. In Hindu mythology, it holds significance as a divine creature, often associated with Lord Shiva.

2. Shiv lingam, represents the sacred embodiment of Lord Shiva, symbolizing the cosmic energy of creation and destruction. It holds deep spiritual meaning, serving as a focal point for meditation and devotion.

3. Cannonball Flower, known as "நாகலிங்கப்பூ" in Tamil, unfolds its beauty in a dance of petals. In Hindu symbolism, it intertwines with divine elements, representing purity and fragrance. Its bloom, akin to the sacred ash worn by Lord Shiva, becomes a poetic tapestry embodying the essence of Tamil culture and spirituality.

25. ஹிந்து சித்தாந்த அந்தாதி!

அறிந்தவர் செறிந்தவர் போற்றும் நடைமுறை
முறைகள் வரைந்தவர் நம்முன்னோர் பழமை
பழமையில் புதுமை இந்துத்துவ தத்துவங்கள்
தத்துவம் பொதிந்தவர் சித்தர்கள் பலர்அவர்
அவர்வேர் கொடுத்த ஞானமரம் கலாச்சாரம்
சாரமிது தேசியத்தின் ஆதாரமிது ஏற்றமிது
இதுபண் பாட்டுவகை சித்தாந்த வாழ்முறை
முறையாய் போற்றிடு பெருமையில் மிதந்திடு
இடுக்கண் களைந்திடும் வேதங்கள் படித்திட
படிப்பிலே கலந்திடு பழக்கத்தில் செழித்திட
செழிப்பிலே வாழ்வொளிர் ஒற்றுமை ஓங்கிட
ஓங்கிய சிந்தனை வெண்தாமரை சரஸ்வதி
சரஸ்வதி வந்தனம் சிரசிலே சந்தனம் தங்கிட
தங்கிட்ட நம்பிக்கை வழிபாட்டு மந்திரமும்
மந்திரவேத ஆன்மீகம் அறிவியல் ஆழமும்
ஆழமான ஆயகலைகள் ஆறுநாலு பண்பட
பண்பாடு பரிணாமம் பல்வேறு தெய்வங்கள்
தெய்வ சிந்தனை சம்போசிவ போதனைகள்
போதனை கீதை கண்ணன் அருளிய பாதை
பாதைகள் தொடரும் பாவங்கள் தொலையும்
தொலைதூர பயணங்கள் பன்பிறப்பு கருத்து
கருத்து இறைவழிப்பாடு பைந்தமிழ்பாட்டு
பாடிவளர் நாயன்மார்களும் ஆழ்வார்களும்
ஆழ்கடல் அமைதியில் அகிம்சை பாதையில்
பாதைகள் பலவேறு பேணுமுறை அதிகம்

அதிகம் சுதந்திரம் அதுவே எளிமைகடினம்
கடின உழைப்பு, தேசபக்தி, ஆன்மீகப்பற்று
பற்றியகுணம் தாண்டிய தவவாழ்வு நற்குணம்
குணங்கள் அன்றாட தினவாழ்வு செயல்கள்
செயல்கள் கடின உழைப்பு ஆன்மீகப்பற்று
பற்றற்ற வாழ்வில் தேசபக்தி முதன்மைபற்று
பற்றெரியும் வேள்வித்தீ ஹிந்துவின் தன்மை!

Hinduism: The Essence

This poem is a celebration of Hinduism and its philosophical principles. It begins by praising the wisdom and knowledge of our ancestors, who laid the foundation for our culture. It then goes on to discuss the many different aspects of Hinduism, including its emphasis on spirituality, non-violence, and freedom. The poem concludes by calling on all Hindus to live their lives with patriotism and devotion to God.

Here are some specific examples of the themes and ideas that are explored in the poem:

1. The importance of knowledge and wisdom: The poem begins by praising those who are "known" and "wise." This suggests that knowledge and wisdom are essential qualities for any Hindu.

2. The continuity of tradition: The poem acknowledges that Hinduism is an "old" tradition, but it also emphasizes its "newness." This suggests that Hinduism is a living tradition that is constantly evolving.

3. The diversity of Hinduism: The poem mentions many different aspects of Hinduism, including its many gods, philosophical schools, and cultural traditions. This suggests that Hinduism is a complex and multifaceted religion.

4. The importance of spirituality: The poem emphasizes the importance of spirituality in Hinduism. It mentions the "depth of spirituality" in the Vedas, the "ascetic life," and the "devotion to God."

5. The commitment to non-violence: The poem calls on Hindus to follow the path of "non-violence." This is a core principle of Hinduism, which teaches that all life is sacred.

6. The value of freedom: The poem mentions the importance of "freedom" in Hinduism. This is another core principle of Hinduism, which emphasizes the importance of individual autonomy.

7. The importance of patriotism: The poem concludes by calling on Hindus to be patriotic. This suggests that patriotism is a natural outgrowth of one's devotion to God and country.

26. நற்செயலின் பெருமை

ஈன்ற தாய் ஈட்டிய நற்செயல் ஊட்டுமே நற்றொழுக்கம்
நோன்ற தந்தை கூட்டிய நற்செயல் நீட்டுமே நற்றறிவு
ஆன்ற குடிபிறவு வீட்டிய நற்செயல் மூட்டுமே நற்வள்ளியம்
நான்ற நாயேன் பூட்டிய நற்செயல் தீட்டுமே நற்பேறு.

"ஸுஸீலோ மாத்ரு'புண்யேன
பித்ரு'புண்யேன சாதுர:।
ஒளதா³ர்யம்' வம்'ஶபுண்யேன
ஆத்மபுண்யேன பா⁴க்³யவான் ॥"
இந்த சமஸ்கிருத ஸ்லோகத்தின் மொழியாக்கம்:

தாயின் புண்ணியத்தால் நல்லொழுக்கமும், தந்தையின் புண்ணியத்தால் அறிவுத்திறனும், வம்சத்தின் புண்ணியத்தால் வள்ளல் தன்மையும், தனது புண்ணியத்தால் நற்பேறும் ஒருவருக்கு வாய்க்கின்றன.

The Power of Good Deeds

"A mother's good deeds will help her child to develop good conduct.
A father's good deeds will help his child to gain knowledge.
A good lineage will provide a person with the ability to donate.
My own good deeds will bring me good fortune."

27. கீழ்மை

சதையின்றி புழுவுற்று தீயநெடி சடலத்தின்
சிதைபட்ட என்பாகும் சுவையென்று உமிழ்
சுரந்திட்ட நாவுடன் ஈனிழிவு உணர்வின்றி
பிறந்திட்ட ஞமலியாய் நம்முடமை நாமறியோம்!

புழுக்கள் நெளிந்து துர்நாற்றம் வீசி ஊனற்றுப் போய் அருவருக்கத்தக்க மனித எலும்புத் துண்டை சுவை எனக்கருதி எச்சிலில் நனைத்து

ஈனம் மற்றும் இழிவு உணர்வின்றி பிறந்த நாய் (ஞமலி) போல நமது உடைமையின் சிறுமையை நாம் பல நேரங்களில் உணர்வதில்லை.

பர்த்ருஹரி, நீதி சதகம் 9ன் தமிழாக்கம்

Without flesh, crawling with worms, the corpse piece with a foul smell, the taste of the rotten bones, spit it out with a tongue that oozes saliva, without a sense of disgust dogs relish them, similarly we do not know our own darker possessions!

The poem highlights the parallel between the dog's attachment to the bad bone and our own attachment to our negative qualities. It emphasizes the unawareness we have of our inner darkness and the need for self-reflection to truly understand ourselves.

28. மும்முப்பது வருடங்களும் முப்பெரும் தேவியரும்

முதன்முப்பது தூய்வெண் வரைதிரை தொடங்க
இதன்காலம் கல்விகேள்வி கலைஞானம் மிளிற
இயன்மகள் அருளிலே ஏட்டுரை தொழிற்றிறன்
நயன்ஈன்று அறிவுடமை அடித்தளம் அமைவதே!

தொடர்முப்பது மெய்வருத்த தொழில் தொடங்க
இடர்இலாது தனம்தான்யம் செல்வம் பெருகிட
அலைமகள் அருளிலே வீட்டுறை பொருட்திறன்
இலையிலா பணமுடமை நடுத்தளம் அமைவதே!

கடைமுப்பது தொய்வற்ற வயோதிகம் தொடங்க
விடைகொடாத வலிமை பக்திஅன்பு சிறந்திட
உமையவள் அருளிலே சிவநற்கதி அடைதிறன்
நமையிங்கு பணிவுடமை மேற்றளம் அமைவதே!

மும்முப்பது வாழ்வியலில் முப்பெரும் தேவிகள்
நம்மனதில் தப்பாது அருள்தந்து கருணையோடு
ஆதிசக்தி புகலிடம் பிறப்பறுக்கும் விடைதிறன்
நீதிவிலகா ஞானமுடமை முழுவீடு அமைவதே!

The Three Thirty Years and the Three Great Goddesses

The first thirty years
The first thirty years are like a blank canvas,
A time for learning and growing,
For knowledge and skills to flourish.
With the grace of Saraswati,
The goddess of learning,
We lay the foundation for wisdom.
The next thirty years
The next thirty years are like a well-tended field,
A time for hard work and prosperity,
For wealth and possessions to grow.
With the grace of Lakshmi,
The goddess of wealth,
We lay the foundation for material wealth.
The last thirty years
The last thirty years are like a winding path,
A time for wisdom and devotion,
For strength and love to grow.
With the grace of Parvati,
The goddess of devotion,
We lay the foundation for spiritual wealth.
The three ages of life
Throughout the three ages of life,

The three great goddesses

Grace us with their blessings and compassion,

Helping us to find refuge in the Supreme Power,

And to attain the knowledge that will free us from birth.

The poem is a celebration of the three goddesses of Hinduism: Saraswati, Lakshmi, and Parvati. Each goddess represents a different aspect of the divine feminine, and each is associated with a different stage of life.

Saraswati is the goddess of learning and knowledge. She is associated with the first thirty years of life, which are a time for education and growth. With her grace, we lay the foundation for wisdom.

Lakshmi is the goddess of wealth and prosperity. She is associated with the next thirty years of life, which are a time for hard work and achievement. With her grace, we lay the foundation for material wealth.

Parvati is the goddess of devotion and love. She is associated with the last thirty years of life, which are a time for wisdom and spirituality. With her grace, we lay the foundation for spiritual wealth.

The poem suggests that the three goddesses are present in our lives throughout our journey, guiding us and helping us to grow. With their blessings, we can find refuge in the Supreme Power and attain the knowledge that will free us from birth.

29. எதை விடுவது? எதை பிடிப்பது?

உள்மனதில் ஒலிக்கும் எதிர்மறை ஆற்றல்
பயம் கோபம் பொறாமை வெறுப்புணர்வு
தள்ளிடும் நம்மை எதிர்மறை செயல்செய்ய
சுயச்சிந்தனை அழித்திடும் சுற்றம் விடுவது!

ஊக்கமளிக்கும் உற்பத்தி நன்மை பயக்கும்
நேர்மறை ஆற்றல் கொடுக்கும் மனப்பான்மை
ஆக்கம் பெருக்கிடும் ஈர்த்திடும் நம்பிக்கை
சேர்முறை நேர்மறை நற்சுற்றம் பிடிப்பது!

What to let go of? What to hold on to?

The negative energy that resonates in the mind
Fear, anger, jealousy, and hatred
Push us to do negative actions
And destroy our self-esteem - let go of this circle!
The attitude that gives positive energy, encouragement,
productivity, and benefit
The belief that increases creativity and attracts
Hold on to this positive and virtuous circle!

30. சுயம் உணர்ந்தவர்கள்

உயிர்திருக்க அடித்தளம் தேவை உணவுடை
செயர்திருக்க படித்தளம் தேவை வீடும்வேலை
பயிர்திருக்க நடுத்தளம் தேவை நட்பும்பந்தம்
நயத்திருக்க கடைத்தளம் தேவை அங்கீகாரம்
சுயம்உணர்ந்த இறைத்தளம் சிலரே அடைவர்
அடைந்தவரே அடிநிலை வறியர்க்கு உதவுவர்
மடைதிறந்த அன்பிலே உடைகொடு நன்றவர்
தேவைகள் எடுத்துறை மஸ்லோவின் கோபுரம்
சேவைகள் செய்வோரை கூர்நுனி வைத்திடும்

Those Who Are Self-Realized

Basic needs

For living, one needs food and clothing

For active living, one needs a home and work

For learning, one needs a middle ground, friendship, and
relationships

For refinement, one needs recognition

The Divine Plane

The divine plane of self-realization is attained by only a few

Those who attain it help the poor and downtrodden

The good give clothes with open hearts

Needs are explained by Maslow's pyramid

Those who serve others are placed at the top.

There are five levels in Maslow's pyramid. From the bottom of the hierarchy upwards, the needs are: physiological (food and clothing), safety (job security), love and belonging needs (friendship and relations), esteem, and self-actualization.

Inspired by the action of Lavanya Padmanabhan in collecting and donating old clothes during this winter to the street dwellers.

31. சிவசக்தி சிவபக்தி சிவமுக்தி

வாசி வாசிவாசியென்று சிவபுராணம் சுவாசிக்க
நாசிக் கமலத்தில் திருநீறுதிகட்டத்தான் திகழ
பேசி பேசிபேச்செல்லாம் திருவாசக பேச்சாக
காசி விசுவாதிருவானைக்கா சம்புகேசா துணை

ஓதி ஓதிஓதியென்று திருமந்திரம் தினமோதிட
மோதி முட்டியழுது கத்தினாலும் சம்போவென
நாதி யற்றகதிவந்திடும் சமயமெல்லாம் சிவனே
பாதி கொடுத்துமை அகிலாண்டநாயகி துணை

ஆடு ஆடுஆடென்று தில்லையம்பத்தில் ஆடிய
ஓடு மாலையுடுத்தி திருவெண்ணாமலை சுடரே
வாடு கின்றசமயமெல்லாம் சலகண்ட உயிர்நீர்
பாடு பாடுபாடுபாசுரங்கள் பட்டிசுரபுகழ் துணை

தமிழ் மண்ணுக்கு உரஊட்டம் கச்சிஏகாம்பரம்
தமிழ் மூச்சுக்கு தென்றல்காற்று திருக்காளத்தி
தமிழ் விசும்புக்கு நீலமேகம் தில்லைநடராசன்
தமிழ் தாகத்துக்கு குடிநீராய் ஆனைக்காஅப்பு
தமிழ் விடியலுக்கு நற்சோதியாய் அண்ணாமலை

The Power of Shiva, the Devotion to Shiva, the Liberation in Shiva

Sing, sing, sing the holy scriptures of Shiva,
Let the fragrance of the lotus flower filled with sacred ash permeate,
Let all speech become the sacred speech of Thiruvasagam,
Let Thiruanaika Sambhu & Lord of Kashi Vishwanath, be
our companion.

Recite, recite, recite the sacred mantra every day,
Even if we cry and shout "Sambho" with folded hands,
The time will come when we will attain the supreme state of Shiva,
Let Akilandanayaki, the giver of another half, be our companion.

Dance, dance, dance in the temple of Chidambaram,
O Lord who wears the garland of skulls and shines on
Mount Arunachala,
In all times of sorrow, let the nectar of your holy feet be our refuge,
Let Patteeswarar, the one who sings the divine songs, be
our companion.

Kachiyekambaram is the nourishment for the Tamil soil,
Thirukkalahathi is the gentle breeze for the Tamil breath,
Lord Tillai Nataraja is the blue cloud for the Tamil sky,
Thiruvanaikaval is the drinking water for the Tamil thirst,
Annamalai is the bright light for the Tamil dawn.

Oh, Lord Shiva, we surrender ourselves to you. Please bless us with your grace and compassion.

1. Earth – Kanchi Ekambareswara Temple, Kanchipuram – where the Lord is worshipped in his manifestation as Earth.

2. Air – Kalahasti Nathar, Kalahasti Temple – where the Lord is worshipped in his manifestation as air/wind.

3. Sky – Chidambaram Temple – where the Lord is worshipped in his manifestation as Sky.

4. Water – Thiruvanaikaval Jambukeshwara Temple, Trichy – where the Lord is worshipped in his manifestation as Water.

5. Fire – Thiruvannamalai Arunachaleswara (Annamalaiyar) Temple, Thiruvanna malai – where the Lord is worshipped in his manifestation as Fire.

32. துலாபாரம்

இதிகாசபுராணங்களில்
கூர்ந்து நோக்கினால்
பல இடங்களில்
பாரம் தாங்கும் காட்சிகள்!
பெரும் பிரளயத்தில்
மச்சமீன் படகுக்கு யார் பாரம்?
கூர்மனுக்கு
மந்திர மலை பாரமா?
வராகனுக்கு
மூக்குநுனியில் பூமி பாரமா?
நரசிம்மனுக்கு
இரணியனின் எடை தொடை பாரமா?
மகாபலிக்கு
வாமனனின் மூன்றாமடி பாரமா?
பரசுராமனுக்கு
தாயின் கொய்த சிரம் பாரமா?
பலதேவன் பிறப்பில்
கருத்மிக்கு நேரம் பாரமா?
சிரவணனுக்கு
காவடியில் தாய்தந்தை பாரமா?
பரதனுக்கு
பாதுகைகள் தலை பாரமா?
அனுமனுக்கு
சஞ்சீவினி கிரி பாரமா?

கண்ணனுக்கு
கோவர்தன கிரி பாரமா?
பீமனுக்கு
அனுமன் வால்நுனி பாரமா?
கர்ணனுக்கு
புதைந்த தேர் சக்கரம் பாரமா?
எதுவானாலும்
கல்கிக்கு நம் சந்ததி செய்யும்
தீமைகள் பாரமாகலாம்!

இத்தனை ஏன்?
ஒவ்வொரு தாயும்
கருப்பையில் சுமந்த
சேய் பாரமா?
தூக்கி வளர்த்த
தந்தைக்கு தோள் பாரமா?

சிந்தித்துப் பார்த்தால்
புரியும் நமக்கு
எத்தனை சுமைதாங்கிகள்
தன் வாழ்வில் நம் பாரத்தை
பல தருணங்களில்
சுமந்திருக்கிறார்கள் என்று?

பூமிக்கு பாரமா நாம்?
புவி ஈர்ப்பு விசைக்கு
எதிர்விசை எவ்விசை?
நம்மை இலகுமமாக்கி
காற்றில் உயர்த்தும்
விசை எவ்விசை?

உடல்கனத்திற்கு
பொருள் கொடுத்து
மனகனத்தை
குறைப்போமா?
தலைகனத்தை
தொலைக்க
உடல்கனத்தில்
துலாபாரம்!

எவ்வளவு பெருமைக்குரிய
நற்சிந்தனை
நம் கோவில்களில்
துலாபாரம் என்றொரு
பரிகார குறியீட்டு
பாரம்பரியம்!
இந்த நேர்த்திக்கடன்
சடங்கின் தாத்பர்யம்
புரிந்து விட்டால்
என்னவொரு பாக்கியம்?
எந்த பொருட்களில்
துலாபாரம் கொடுக்கிறோம்
என்பது முக்கியமில்லை,
எந்த வேண்டுதலுக்கு
இறைவனை சுமைதாங்கியாய்
நினைத்து பாரம் இறக்கினோமோ,
அந்த மனநிலையில்
கொடுத்திடுவோம்
இறைப்பணியில் துலாபாரம்!

கண்ணன் காட்டவில்லையா?
சத்யபாமா ருக்குமிணி
அன்பு போட்டியில்,
வைர வைடூரியமா, துளசியா
எது அவன் எடைக்கு சமமென்று?
சமநிலைக்கு வந்த
தராசு முள்
காட்டிடும்
பாரங்கள் குறைந்திடும்
நம் வாழ்வில் என்றும்!

கடைசியில்
இறைவனடி சேர்ந்தபின்னும்
நம் உடல் நான்கு பேர்
தோள்களுக்கு பாரம்!

Thulabaram - The Weighing Scale ritual at Hindu temples

The poem uses the Thulabaram ritual in Hindu temples as a metaphor for the burdens and sacrifices we carry in life.

The first part of the poem lists examples from epics and puranas where divine beings bear great burdens. This sets the stage for the idea that everyone carries some kind of weight.

The poem then asks us to consider the burdens we place on others, both physically (like parents carrying children) and emotionally.

It questions if we are a burden on the earth itself, and suggests that we lighten our load by focusing on what truly matters.

The poem connects the Thulabaram ritual to this concept of lightening our load. It suggests that the physical act of offering something equal to our weight symbolizes the offering of our burdens to God.

The final lines remind us that even after death, our physical body becomes a burden for others to carry. This emphasizes the importance of living a life that is not a burden on ourselves or others.

Overall, the poem "Thulabharam" uses the Thulabaram ritual to explore the importance of letting go of burdens and living a life of balance and compassion.

33. நம்முள் அகழாய்வு - தமிழ் இறைநூல்கள்

மின்காந்த அலைகள் உதவியில்
தொலைக்கண்டுணர்வி பயன்படுத்தி
தொல்லியல் ஆராய்ச்சியில்
அரும்பொருட்களை தேடி
பழங்கால வாழ்முறைகளை
ஆராய்ந்து
அருங்காட்சியகம் அமைப்பது போல்
அகத்தியம், தொல்காப்பியம்
தொடங்கி
பன்னிரு திருமுறைகளும்
நாலாயிர திவ்விய பிரபந்தங்களும்
பல்லாயிரக்கணக்கான
ஹிந்து தமிழ் இறைபக்தி நூல்களை
அகழாய்வு செய்து
தமிழர்களின் மனம், சிந்தனை
கோட்பாடுகளில்
அருள்பொழியும்
அழியா காட்சியகமாய்
கொணர்வது அவசியம்!
இறை என்று
இணையதள தேடலில்
இந்து இறைபக்தி நூல்கள்
முன்னிலையில்

வருவதில்லை!
அகமும் புறமும்
கலந்த எட்டுத்தொகையில்
தொடங்கி
திருமுருகாற்றுபடையில்
அறுபடைகளை
உணர்த்திய
தொல்தமிழ்
நம் மனகத்தில்
தொல்லியல் ஆராய்ச்சியின்
அவசியத்தை
சமூக, பொருளாதார, அரசியல்
ரீதியாக நம்முன்னே
நிறுத்துகிறது!

Excavation Within Us - Tamil Religious Texts

Just as we use electromagnetic waves and remote sensing in archaeological research to find artifacts and study ancient lifestyles, and then create museums, it is necessary to excavate the vast corpus of Tamil religious texts, starting with Agathiyam and Tolkappiyam, through the twelve Thirumurais and the four thousand Divya Prabandhams, and the thousands of other Hindu Tamil devotional texts. This will create an imperishable museum that illuminates the Tamil mind, thought, and philosophy.

When we search online for the meaning of "God," Hindu devotional Tamil texts/literatures are not at the forefront!

Starting with the Eight Anthologies, which combine the inner and outer worlds, and culminating in the Tirumurugatruppadai, which reveals the six abodes of Murugan, ancient Tamil literature reminds us of the need for archaeological research in our own minds, socially, economically, and politically.

34. மனமே சும்மாயிரு

சும்மாயிரு சும்மாயிரு என்றார் சாமியார்கள்
நமக்கறிவு சொன்னது வேலையிலா வீணன்
உமக்குத் தெரியுமா அதனுண்மை அர்த்தமது
சும்மாயிரு மனமே எவ்வேலை எவ்வேளையும்

கனமோடு உடலசையா இருந்திட்ட போதும்
மனமோடும் வேகம் தந்திடும் சஞ்சலங்கள்
தினமாடும் நாடகங்கள் படுகின்ற பாடுயிது
எனவோதும் தத்துவமே சும்மாயிரு மனமேநீ

கட்டுவது எளிதல்ல கட்டுக்கடங்கா காளை
முட்டியிது குமட்டிவிடும் பல்வேறு பழசுகளை
பட்டியலிடு பறந்திட்ட வீணமான கோணமது
விட்டிடவோ சொல்லியது சும்மாயிரு சங்கதி

பலபேவேலை செய்தாலும் மனமிமாரு மிததம்
நலமாக இருந்திடுவோம் திடமான சித்தம்
சலனங்கள் அடங்கிய தெளிவில் நித்தம்
வளமான செயல்திறன் சும்மாயிரு எத்தன்

எத்தனை எத்தனை ஏமாற்றிய ஏவல்கள்
அத்தனை அத்தனை ஆரவார ஆணைகள்
சத்தமடங்கு சடுதியில்லா மனநிலை சாமி
நித்தம் கொடுத்திடுவாய் வரமாக சும்மாயிரு

அலைகள் ஓயாமல் வேலைகள் இருந்தாலும்
சிலைபோல் சிந்தனை சிதறாமல் செய்தால்
பாய்மர படகிது பாங்குடனே தாண்டிவிடும்
ஓய்விங்கு என்றுமுண்டு சும்மாநீ சும்மாயிரு

Be Still, O Mind

Be still, be still, the sages said,
To be unwise is to be idle and vain.
Do you know the true meaning of this?
Be still, O mind, at all times and in all tasks.

Even when the body is still and heavy,
The mind still gives rise to restless thoughts.
This is the suffering of the daily drama,
And so, the philosophy is: Be still, O mind.

It is not easy to control the restless mind,
It has been spoiled by many bad habits.
List the ways in which it has gone astray,
And the solution is to be still.

Even though we do many tasks,
The mind is a myth,
Let us be well with a firm mind,
Always in the clarity of stillness,
For true efficiency, be still.

How many, many deceptive desires,
So many, many clamorous commands,
O Lord, give me a still mind,
Free from noise and haste.

Even though there are endless tasks,
If we do them like a statue, without distraction,
The sailboat will cross over smoothly,
There is always rest, You be still, be still.

35. கம்பனின் கட்டுத்தறி

ஒச்சனும் தச்சனும் பனிரெண்டு நூற்றாண்டு
நச்செனும் மொழிபிறிவு இனபிறிவு இல்லாது
துச்சென தூண்பிளந்த நரசிம்மன் பெயரிலே
மெச்சிய கவிகுழவி வெழுந்தூரில் ஜனனமே

திருவரங்க கோவிலில் ஐந்தாம் பிராகாரம்
திருவருள் சிங்கபெருமான் எதிர் மண்டபம்
திருமகள் துணைபுரிய ஸ்ரீரங்கன் அருளிட
திருமகன் கம்பன் இயற்றினான் இராமகாதை

உலகம் யாவையும் சுவைக்கினிய செழிவில்
சலனம் விடுசெறிவில் ஒருமுகம் மொழியில்
நலமளி நன்சங்கதம் பெயர்ப்பு பண்தமிழில்
பலமளி இராமகாதை படைத்தீர் கவிகம்பர்

அஞ்சிலே ஒன்றாக இயல்இசை நாடகம்
விஞ்சிய நின்திறம் புலமையில் பன்முகம்
தஞ்சம் சொன்மகள் சகலகலா முழக்கம்
மிஞ்சும் சொற்சுவை ஆழ்வார் கவிகம்பர்

கல்ஒக்கும் நெஞ்சம் கரைந்திடும் கவியில்
சொல்தக்கும் ராமபாண துல்லிய வியப்பில்
நில்சொக்கும் கவிச்சுளை அமிழ் கிடப்பில்
நல்ஊக்கம் நயன்பட நவிலும் கவிகம்பரசம்

விதியின் பிழையென்று பின்னடைவு இல்லை
சதியிங்கு பல்லரசியல் முன்வைத்து பேசாது
மதியுடமை கட்டுத்தறியாய் கம்பன் கவிபாடி
நதிவெள்ளம் இறைவழியில் நாடு ராமாயணம்

The Weaver of Words: A Tribute to Kamban

In twelfth century, the bard's loom has spun, with no caste differences,
A tapestry of verse, where discord of languages is undone,
Where Tamil's grace and Sanskrit's might convene,
In Narasimha's breaking of pillar, the poet's birth happened at
Thiruvezhunthur.

In Tiruvarangam's sacred halls he took his writing,
Where Ranganatha's shrine unveils its worth,
With Lakshmi's blessings, Srirangan's decree,
Kamban, the son of poets, wove his Ramayana's glee.

With flavours rich, the world he did imbue,
In language pure, where passions intertwine and accrue,
In Nansangadam's sweet embrace, Tamil's soul takes flight,
Kamban, the bard, with Ramayana's radiant light.

Drama, music, nature's art, in one he blends all five senses,
His genius soars, where every facet transcends,
Saraswati's symphony, in every verse resounds,
Kamban, the poet-sage, where word-alchemy abounds.

A heart of stone, by verse, he melts away,
With Rama's arrows, piercing words hold sway,
In verses deep, like vines in bloom entwined,
Kamban's poetic essence, a nectar for the mind.

No blame of fate, no trails of treachery's art,

No whispers of current politics, that tear the soul apart,

With wisdom's hand, he guides the weaver's thread,

Like river's flow, Ramayana's path is spread.

Notes:

The poem is a tribute to Kamban, a renowned Tamil poet who wrote the Ramayana in the 12th century.

The poem uses vivid imagery and metaphors to describe Kamban's mastery of language and his poetic genius.

The poem also highlights the importance of the Ramayana as a source of spiritual inspiration and guidance.

36. கண்ணனுக்கு ஒரு நிறமாலை

ஊதுகுழல் உதட்டழுத்த ஊதாநிறத்து கண்ணன்
இளங்காலை உதயத்தில் கருநீலத்து கண்ணன்
யமுனாநதி கரைநீளத்தில் நீலவண்ண கண்ணன்
கிளிப்பச்சை வண்ணத்து பரந்தாமன் கண்ணன்
மஞ்சளாய் கதிரொளி நெஞ்சம்நிறை கண்ணன்
சாயங்காலம் செம்மஞ்சள் பாயும்ஒளி கண்ணன்
கடிவாளம் கைப்பிடித்து கரம்சிவந்த கண்ணன்
மழைக்கால வானவில் எதிரொளிப்பு கண்ணன்
பால்தயிர் மோர்வெண்ணை பசுமாடு கண்ணன்
நிறமனைத்து குழைத்த வெண்மையே கண்ணன்
கார்மேக கருமைக்கு பெருமைசேர் கண்ணன்
பல்வண்ண நிறப்பிரிகை கண்காட்சி கண்ணன்
பார்ப்புகழ் கண்ணனை கண்கருவில் பார்ப்பார்
பாகவதம் பகவத்கீதை சாரத்தில் திளைப்பார்!

This poem uses the colours of the rainbow to describe the many aspects of Krishna. This poem is a beautiful and poetic way to express the love and devotion that Hindus have for Krishna.

A Rainbow Poem for Krishna

The flute-playing Krishna with his pressed lips is violet in colour.
Krishna in the rising morning sun is indigo in colour.
Krishna along the banks of the Yamuna River is blue in colour.
Krishna, the Lord of the Universe, is parrot green in colour.
Krishna, filled with the light of the sun, is yellow in colour.
Krishna, the sound of the evening flowing like orange, is
orange in colour.
Krishna, holding the reins of the horses in his hand, is red in his hand.
Krishna, the reflection of the rainbow in the rainy season,
is multi-coloured.
Krishna, the white cow, with milk, yogurt, and butter,
is white in colour.
Krishna is the whiteness that is mixed with all colours.
Krishna adds glory to the darkness of the clouds.
Krishna is a spectacle of colours, a rainbow.
Those who see Krishna, the glory of sight, in the pupil of their
eye will see him.
They will revel in the essence of the Bhagavatam and
the Bhagavad Gita!

37. கண்ணனிடம் காதல்

வண்ணாவடி வழகாபசி வளர்வாடு வயிற்றுக்காய்
உண்ணுஞ்சோ றுலைபோலே உடலோடென் மனங்கொதிக்க
விண்ணெனவும் மண்ணெனவும் வஞ்சியவள் கண்ணிரண்டும்
கண்டதெலாம் இடமாறிக் கரையுமிந்த கணந்தன்னில்
பெண்ணெனவே புவிமீதே பிறந்ததனாற் பேரின்பம்
கண்ணனுந்தன் கரம்பட்டுக் கரைசேர்ந்தேன் ஆனந்தம்!

நீர்பாயச் சிலிர்க்கும் பச்சிலைக் கூர்நுனிநெல்
கார்மேக கருகொண்டு கூந்தலிடை தெளிக்க
ஈர்த்திங்கு சுருளிட்டு அரவணைக்கும் மூங்கில்
வேர்த்துளி காய்ந்திடா கண்ணனுடன் தாலாட்டு

பின்னலில் பந்தலிட்டு பிணைந்திடும் பற்றுதல்
இன்னலில் இயந்திட்டு இணைந்திடும் இதயம்
கன்னலில் கனிந்திட்டு கரைந்திடும் கரங்கள்
மின்னலில் மயங்கிட்டு மறைந்திடும் மன்னவன்

மூச்சுக்காற்று நல்வாசம் அழலாய் உள்புகும்
பேச்சுக்காற்று சல்லாபம் தழலாய் முழக்கும்
வீச்சுக்காற்று விரலசைவில் வழல் தீண்டிடும்
போச்சுக்காற்று இறுக்கத்தில் சுழல் கண்ணா

யமுனைதீரம் யாழிசைப்பா யாவரும் கசிவர்
அமுதகீதம் அனைவரும் ஆசையில் ஆடுவர்
சுமுகமிது சுகமான உறவென்றும் நிலவுவர்
குமுதமுகம் குதூகலம் நம்மிடை கண்ணன்

Love to Kannan

Oh, the colourful and beautiful, with the wandering hunger,
the growing bellyache,
Like the uneaten boiling rice, my body and mind boil.
The two eyes of the one who deceives me as heaven and earth,
In this moment, everything I see changes and melts away.
The great joy of being born on earth as a woman,
The joy of being washed away on the shore of your eyes! Oh Kanna!

Rice stalks with sharp tips,
Thrill in the breeze,
Dark clouds gather,
And sprinkle rain on your hair.
Bamboo sways and embraces you,
As you sleep in my arms.
Sweat dries not on your brow,
As I sing you a lullaby, my Kanna!

The bond that ties us together in the background
The heart that unites in sorrow
The hands that soften and melt on sugarcane cheeks
The lover who is lost in lightning and disappears.

The sweet-smelling breath enters like a flame,
Your words like a creeper entwine,
The breeze of your touch kindles my desire,
Oh Kannan, I'm lost in your swirling gaze.

On the banks of the Yamuna, where the lute plays, everyone is drawn in
Everyone dances in desire to the nectar song
They say that this beautiful face is a pleasant relationship
The moon-faced one brings joy to us, Krishna

38. கண்ணனிடம் ஞானம் - ஸாங்கிய யோகம்

வாழ்வின் முதல்மூச்சு நினைவிலே இல்லை
ஆழ்ந்துபார் கடைமூச்சு நினைவே போச்சு
விழந்தாலும் வீரனே விழ்த்தினாலும் தீரனே
போழ்ந்து எரித்தாலும் ஆத்மா அழிவதிலை

செத்தவன் பிறப்பதும் பிறந்தவன் இறப்பதும்
நித்தியமெது நிழலெது மாற்றும் துணிபோல
சத்தியவாழ்வு நிரந்தமிலை போரிடு பார்த்தா
ஆத்மாவின் நித்தியம் அறிவுறுத்தி கண்ணன்

Krishna's Wisdom - Sankhya Yoga

The first breath of life is not remembered the last breath never
going to be remembered
A hero falls, a brave man strikes
The soul is not destroyed, even if it is burned to ashes

Death and birth are inevitable
Like a changing cloth,
what is eternal, what is a shadow?
A righteous life is not permanent, fight and see
Krishna teaches the eternity of the soul

Explanation:

The poem is a dialogue between Krishna and Arjuna in the Bhagavad Gita. Krishna is teaching Arjuna about the immortality of the soul. He says that the body is temporary, but the soul is eternal. We should not fear death, because it is simply a transition from one state of being to another.

39. கண்ணனிடம் ஞானம் - கர்ம யோகம்

மனம்முழுதும் சுயசிந்தனை துரிதகதி செயல்
கனம்சுமந்த காரியங்கள் பொய்வழி கர்மமே
தினம்செயும் செயல்களில் பலன் எதிர்பாராத
இனமிங்கே சிறப்பு பெருமைமிகு கர்மயோகி

வாழ்சக்கரம் அன்னம் மழைநீர் வேள்வியில்
ஊழ்சக்கரம் எண்ணம் தொழில் தர்மத்தில்
சீழ்பட்டிங்கு அழியும் செயலற்ற உயிரினம்
வீழ்ந்திடும் செயல்பலன் நானெனும் மமதை

செயலற்ற நிலையென்பது எவருக்கு மில்லை
இயற்கை நியதியிது கணபொழுதும் நில்லாத
செய்தொழிலே ஞானம் பற்றற்ற மனபக்குவம்
உய்விக்க விதிகளை உரைத்தானே கண்ணன்

Krishna's wisdom - Karma Yoga

Full of self-reflection, swift in action
Deeds burdened by weight, false paths of karma
In daily actions, no expectations of results
Amongst humans, the karma yogi stands tall

The cycle of life like food and rainwater in a sacrifice
The cycle of fate like thoughts and work in dharma
Inactive creatures fester and perish
The fruits of action, the ego of "I"

Inaction is not for anyone
This is the law of nature, never still for a moment
Work is knowledge, detached state of mind
Krishna spoke the rules for liberation

Summary:

Krishna teaches karma yoga: act without desire, true deeds come from a selfless, reflective work. Work with detachment, let fate take its course, this is the path to liberation.

40. கண்ணனிடம் ஞானம் - ஞான கர்ம சந்யாச யோகம்

பிறப்பிறப் பற்றவன் பிறப்பெடுத்திடுவான் தர்மம்
சிறப்பழிந்து அதர்மம் எவ்வெப்போது எழுந்திடும்
அறத்தினை நிலைநிறுத் திடங்கு யுகந்தோறும்
திறந்திடும் நம்பிக்கை அவதாரம் எடுத்திடுவான்

விட்டிடுவோம் விருப்பம் அச்சம் சினமிவைகள்
கட்டிடுவோம் தூய்மையில் தவமிருந்து ஞானம்
சிட்டிகையளவு செயலும் அடைக்கல மவனிடம்
கிட்டிடும் ஈசனருளில் தியானமும் பரிபூரணமும்

வேட்போர் கல்வியால் திரவியத்தால் வேட்போர்
வேட்போர் ஞானத்தால் பிரம்மத்தீயில் பிரம்மம்
கேட்போர் வேள்வி நெறியுணர் பிராணாயாமம்
கேட்போர் ஜயம்அறுத்த கண்ணனின் ஞானத்தீ

Krishna's wisdom - Gnana Karma Sannyasa Yoga

Dharma dictates that Krishna is born into this world who has transcended the cycle of birth and death. And this happens whenever Adharma, or unrighteousness, will arise at any moment, causing suffering. To uphold Dharma across all ages, an avatar of faith will emerge.

Let us abandon desire, fear, and anger. Let us embrace purity, penance, and knowledge. Even a small act of devotion to the Divine power will grant us the grace of the Lord and perfect meditation.

Seekers seek knowledge through education and wealth. Seekers seek Brahman through knowledge in the fire of Brahman. Seekers seek the path of sacrifice, Pranayama, and the understanding of life. Seekers seek the knowledge of Krishna, which dispels all doubts.

41. கண்ணனிடம் ஞானம் - சந்யாச யோகம்

நித்திய சந்யாசிக்கு விருப்பும் வெறுப்புமில்லை
சத்தியநிலை ஞானமும் யோகமும் ஒன்றிங்காம்
எத்தகைய செயலும் அவனின்றி அசையாதிங்கு
இத்தகைய மனபாவத்தில் பண்டிதர் உய்யுருவர்

காண்பின் கேட்கின் தீண்டின் விட்டுவிடினும்
உண்பின் மோப்பின் நடப்பின் உயிர்ப்பினும்
கண்ணிமை திறப்பின் மூடினும் உறங்கினும்
எண்ணற்ற செயல்களில் கண்ணன் காண்பன்

நீரிலுயிரும் தாமரை நீர்பற்றா இலையதில்
பாரினில் மனம்புத்தி இந்திரியம் செயலில்
காரினம் மழைபோல் கண்ணன் செயலாக
பேரினம் பெருமே பரம்பொருள் தத்துவம்

மாசற்ற பிரம்மம் சமநிலை பக்குவம்
பாசற்ற பிண்டம் தமையுணர் ஞானம்
நேசற்ற முக்தன் புலன்விடும் மதியன்
ஈசனவன் யோகம் வழிபடும் கண்ணன்

Krishna's wisdom - Sannyasa Yoga

The eternal sannyasi knows no likes or dislikes
For him, true knowledge and yoga are one
No action can move without his will
In this state of mind, the wise ones find salvation

Whether seeing, hearing, touching, smelling, tasting,
walking, breathing,
Or blinking, closing eyes, or sleeping
In countless actions, Krishna sees

Like a lotus leaf floating on water, but water does not stick on its top,
Like the mind, intellect, and senses in action in the world
Like a cloud bringing rain, Krishna is action itself
The great one, the glorious one, the supreme reality

The spotless Brahman, equanimity, maturity
The passionless body, self-realization, wisdom
The loveless liberated one, the wise one who controls his senses
Worships in the path of yoga, towards Krishna, the Lord

42. கண்ணனிடம் ஞானம் - தியான யோகம்

தனக்கு தானே நண்பனும் எதிரியுமாவேன்
பிணக்கு எங்கே உயர்வாய் நினைப்பதிலே
கணக்கில் தவறுண்டு தாழ்வாய் உணர்வது
இணக்கம் இருக்கும் நினைவில் சமநிலை

விஞ்ஞானம் ஞானம் இரண்டும் சமபாவம்
அஞ்ஞானம் கல்லும் பொன்னும் வேறுமை
எஞ்ஞானம் யோகமே இங்கே கடவுளியல்
இஞ்ஞானம் தங்கிடும் யோகநிலை ஓதல்

நட்பாரும் பகைவரும் நடுவரும் ஏதிலரும்
கட்பாரும் கல்லாரும் சுற்றுமும் தீயோரும்
விட்டொரு உறக்கமும் மட்டிலா விழிப்பும்
ஓட்டிலா பற்றிலா யோகத்தில் ஒன்றாகும்

சித்தத்தை இசைத்து ஆத்ம யோகத்தில்
வித்தமிது அசைவிலா விளக்கு போலவே
ஆத்மாவில் மனம் நிறுத்தி தவஞ்செய்வது
தத்துவமே தியானம் நினைவில் கண்ணன்

Krishna's wisdom - Dhyana Yoga

Verse 1:
I am both my friend and my foe,
The conflict arises from inflated ego.
Mistaken calculations lead to low self-esteem,
Balance lies in remembering the supreme.

Verse 2:
Science and wisdom are equal in essence,
Ignorance is like differentiating between stone and gold.
True wisdom is yoga, the path to divinity,
Knowledge resides in the state of yoga, so hold.

Verse 3:
Friends, foes, neutrals, all are equal,
The learned and the ignorant, the good and the evil.
Let go of all attachments, wakefulness without sleep,
In yoga, one becomes one, without clinging or keeping.

Verse 4:
Tune the mind, engage in soul yoga,
Like a motionless lamp, the flame ignites.
Focus the mind on the soul, avoid evil deeds,
Meditation is the essence of philosophy, Krishna indeed.

43. கண்ணனிடம் ஞானம் - ஞான விஞ்ஞான யோகம்

வானமும் நீரும் நெருப்பும் காற்றும் புவியும்
மனமும் புத்தியும் மமதையும் எட்டு கூறுகள்
ஆனது கண்ணன் அவன் பொருள் ஆற்றல்
நானடா உனக்கு வழிகாட்டி என்று கூறினன்

மணிகளின் சரமாய் கோர்வையில் கோள்கள்
அணிகளின் உயர்வில் கண்ணனே நூலிழை
நனிநீரில் சுவையவன் இரவியின் அழலவன்
வானில் ஒலியவன் மண்ணின் மணமனவன்

சத்வம் தாமசம் ரஜோகுணம் பிறப்பவனில்
சித்திகள் கிட்டிடும் துறவியின் தவமாவான்
நித்திய விதையாய் உயிர்களுக்கு ஆவான்
இத்தகு பிறவியில் இறுதியின் ஞானமவன்

சென்றன நிகழ்வன வருவன அறிந்தவன்
வேண்டுதல் நான்வகை துன்பம் மறைவது
அண்டுதல் அறிவை நாண்டுதல் பயன்கள்
தாண்டுதல் ஞானம் ஞானியே இனியவன்

அதிபூதமாய் பொருளில் கர்மவினை விட்டு
அதிதெய்வமாய் நம்பி அடைக்கலம் புகந்து
அதியஜ்ஞயமாய் வேள்வி தீயில் ஞானமுற்று
அதிபதி கண்ணன் யோகமிங்கு அளிப்பான்

Krishna's wisdom - Gnana Vignana Yoga

The Eightfold Nature of Krishna
The sky, water, fire, air, and earth,
The mind, intellect, and ego,
These eight elements are Krishna,
His essence and power.
I am your guide, he declared.

Krishna, the Thread of Existence
Like beads strung on a thread,
The planets are threaded by Krishna,
The thread of the highest order.
He is the sweetness in nectar,
The glow of the sun,
The sound in the sky,
The fragrance of the earth.

Krishna, the Source of All
From sattva, tamas, and rajas,
He is born in man.
He is the penance of the ascetic,
Bestowing powers.
He is the eternal seed of life,
The wisdom of the end of this birth.

The Benefits of Seeking Knowledge
He knows the past, present, and future.
He knows how to fulfil desires,
How to avoid suffering,
How to seek refuge,
How to seek knowledge.
To transcend is wisdom,
The wise one is the sweetest.

Surrender to Krishna
Renounce the material world and its actions,
Believe in Krishna as the supreme deity,
Seek refuge in him,
And attain wisdom in the fire of sacrifice.
Krishna, the supreme lord,
Will grant you yoga here.

44. கண்ணனிடம் ஞானம் - அக்ஷர ப்ரஹ்ம யோகம்

மரணத் தருவாயில் கண்ணன் நினைவிருந்தால்
சிரமம் மிகவே அவன்நினைவு அத்தருணத்தில்
கரணம் தப்பாது ஸ்மரணை எப்போதிருக்கவே
சரணம் அவனிடம் பிறவாவரம் என்றுரைத்தான்

உடமைகள் உடன்வராது மறுபடி கருவுராது
கடமை நம்கையில் பக்திவழியில் அறிவதே
கடவுளை யாரென்று உணர்வது அவசியமே
இடமதை அடைவது அவனது நினைவாலே

பிரம்மனின் கல்பம் கழிந்திடும் சுழலும் யுகங்கள்
மரணத்தில் விடுபட்டு மீண்டு பிறந்திட அகங்கள்
இரகசியம் அறிந்தவர் ஒளிவழி புரிந்த யோகிகள்
பரமனின் பரிணாமம் நித்தியம் இங்கு வாசங்கள்

Krishna's wisdom - Akshara Bramha Yoga

At the Moment of Death

If one remembers Krishna at the moment of death, with great effort, one should keep his memory at that moment. Without fail, one should always remember him, and seek refuge in him, praying for liberation from rebirth.

Material Possessions and Rebirth

Material possessions will not accompany us, nor will we be reborn again. Our duty lies in understanding the path of devotion. It is essential to realize who God is, and to attain his abode through his remembrance.

Brahma's Kalpas and the Cycle of Yugas

Souls are released from death and reborn through the passage of Brahma's kalpas and the cycle of yugas. Yogis who have understood the secret, have comprehended the path of light. The supreme being's evolution is eternal, and here we reside.

45. கண்ணனிடம் ஞானம் - ராஜா வித்யா யோகம்

பொருள் குவியலில் வாழ்விழந்து திகைத்த
செருக்கு மிகுமானிடன் நாத்திகப் பேயாய்
குறுக்கு வழியெதுவும் நலன்பலன் நுகராது
கிறுக்கு குழப்பத்தில் கண்ணனை மறப்பான்

தெய்வீக மகிமைபாடி பணிவுடன் பணிசெய
தொய்விலா பக்தியறிவு யாகத்தீ வேள்வியில்
எய்துவது உச்சிலக்கு முத்தொழில் நித்தியம்
கொய்த அருட்களஞ்சியம் கண்ணன் கருணை

ஒருசிறு இலை ஒருநறு மலர் ஒருகுறு பழம்
ஒருதுளி நீர் ஒருமணி அரிசி ஒருஅவி தழல்
ஒருமுக மனம் ஒருவித அன்பு ஒருகதி பக்தி
ஒருமுறை யேனும் கண்ணா உனை துதித்து
ஒருபிறவி பயனுற மறுபிறவி தவிர்ப்பார்கள்

Krishna's wisdom - Raja Vidhya Yoga

Lost in a heap of worldly desires, The arrogant one, possessed by the ghost of atheism, wandering down the wrong path, He will forget Krishna in his chaotic confusion.

By singing hymns of divine glory and serving with humility, In the sacrificial fire of unwavering devotion and knowledge, the ultimate goal is to attain the eternal three functions, The treasure trove of blessings harvested, Krishna's grace.

A small leaf, a fragrant flower, a small fruit, A drop of water, a handful of rice, a flame of offering, A unified mind, a single love, a single path of devotion, if they praise you, Krishna, even once, they will reap the benefits of one life and avoid rebirth.

46. கண்ணனிடம் ஞானம் - விபூதி யோகம்

எங்கிருந்து வருகுதையா என் குணங்கள்?
கொடுப்பது எல்லாம் கண்ணன் அல்லவா
இன்பம் வந்தால் துன்பம் வரும்
பிறந்தால்தானே இறப்பு வரும்
பயம் வந்தால் தைரியம் தருவான்
புலன்களை கட்டுக்குள் வைப்பன்
சமநிலை தந்து புத்தியும் அறிவும்
சிந்தனை தெளிவும் மன்னிப்பும்
மனநிறைவும் தொண்டு குணமும்
எங்கிருந்து வருகுதையா என் குணங்கள்?
கொடுப்பது எல்லாம் கண்ணன் அல்லவா

எல்லாமே கண்ணன் என்றால்
எதுவையா உதாரணம்?
நல்லாயிருக்க வேண்டுமானால்
எதுவையா முன்மாதிரி?
ஒளியில் சூரியன் இரவில் நிலவு
வேதத்தில் சாமம் தேவனில் இந்திரன்
புலன்களில் மனம் உயிரில் உணர்வு
ருத்திரரில் சிவன் மலையில் மேரு
வீரனில் மருகன் வசுவில் அக்னி
ஒளியில் ஓம் விலங்கில் சிங்கம்
காலத்தில் வசந்தம் மாதத்தில் மார்கழி
நதியில் கங்கை முனியில் வியாசர்

பசுவில் காமதேனு பறவையில் கருடன்
எல்லாமே கண்ணன் என்றால்
இவையே உதாரணம்
நல்லாயிருக்க வேண்டுமானால்
இவையே முன்மாதிரி

Krishna's wisdom - Vibhuti Yoga

Where do my qualities come from? Isn't it Krishna who gives everything?

If there is pleasure, there will be painOnly if we are born, will we die When fear comes, he will give courage He will control the senses Giving balance, intelligence and knowledge Clarity of thought and forgiveness Contentment and the spirit of service Where do my qualities come from? Isn't it Krishna who gives everything?

If everything is Krishna, then What is an example? To be good, what Is an example? The sun in the day, the moon at night Sama in the Vedas, Indra among the gods Mind in the senses, consciousness in the soul Shiva among the Rudras, Meru among the mountains Marugan among the warriors, Agni among the Vasus Om in sound, lion among animals Spring in time, Margazhi in months Ganga among rivers, Vyasa among sages Kamadhenu among cows, Garuda among birds

If everything is Krishna, then these are the examples. To be good, these are the examples.

47. கண்ணனிடம் ஞானம் -
விஸ்வரூப தரிசன யோகம்

கண்ணிலே இங்கு பிரும்மாண்டம்
கண்ணனின் விஸ்வரூப தரிசனம்
கண்ணிலே இங்கு மகாபிரளயம்
கண்ணனின் பிரபஞ்ச தரிசனம்

திறடா வாயை தின்றாயா மண்ணை?
தாபத்தில் யசோதை கண்ட காட்சி
உலகங்கள் உள்ளே உள்ளடங்கிய அற்புதம்
காடுகள் கடல்கள் மேகங்கள் மலைகள்
அத்தனை மனிதர்கள் அரக்கர்கள் தேவர்கள்
பாற்கடல் பள்ளிக்கொண்ட பரந்தாமன்
கோகுலத்து சிறுவர் கூட்டம்
நான் நீ இங்கில்லை அங்கே அந்த உலகத்தில்

எங்கேயும் பரமாத்மா!
யாரிங்கே பச்சிளங்குழந்தை?

தாய் கண்ட காட்சி இன்று தனஞ்செயனுக்கு!

எங்கே தொடங்கி எங்கே முடிகிறாய்?
பல்லாயிர உலகங்கள் பிரபஞ்சமே உன்னுள்
பிரமிப்பில் ஆழ்வோம்!
கண்டது காண்பது காணப்போவது
அனைத்தும் இங்கே கண்ணனே!
ஒருவனே இங்கு அனைவரும்
அனைத்தும் அனைவரும்
அனந்தகோடி அண்ட சராசரங்களும்
உள்ளடக்கிய
பிரும்மாண்ட நாயகன்!

கண்ணிலே இங்கு பிரும்மாண்டம்
கண்ணனின் விஸ்வரூப தரிசனம்
கண்ணிலே இங்கு மகாபிரளயம்
கண்ணனின் பிரபஞ்ச தரிசனம்!

Krishna's wisdom - Vishwaroop Darshan Yoga

The Universe in the Eyes

The vast universe lies within these eyes, Krishna's cosmic form, a mesmerizing surprise. The great dissolution, a sight to behold, Krishna's vision of the universe, a story to be told.

Yashoda's Vision of Krishna's Mouthful of Earth

"Did you eat the mud, my child?" Yashoda asked with concern, as she witnessed Krishna's divine act. A universe within, a wondrous sight, Forests, oceans, clouds, and mountains in their might.

All Creatures Within Krishna

All humans, demons, and gods reside, In the vast expanse of Krishna's stride. The Milky Way his playground, a cosmic school, The Gokula children, a playful pool.

The Omnipresent Paramatma

"I am not here, nor there in that distant world," Krishna declared, "The Paramatma, everywhere revered." "Who is this infant?" Yashoda wondered in awe, As the divine vision began to withdraw.

Arjuna's Witness to Yashoda's Vision

Today, Arjuna witnesses Yashoda's sight, A revelation of Krishna's infinite might.

The Vastness of Krishna

"Where do you begin, where do you end?" Arjuna inquired, "Thousands of universes within you are wired." In wonder we delve, our minds set free, the past, present, and future, all we see.

Krishna: The Embodiment of All

All beings reside within you, Krishna, we know, All things and all beings, a radiant glow. The infinite cosmic realms, you encompass with ease, The cosmic lord, bringing us to our knees.

The Universe in the Eyes

The vast universe lies within these eyes, Krishna's cosmic form, a mesmerizing surprise. The great dissolution, a sight to behold, Krishna's vision of the universe, a story to be told.

A Hymn of Praise

Oh, Krishna, we sing your praises with all our might, Your wisdom and power, a radiant light. You guide us through darkness, towards the divine, Our eternal gratitude, forever enshrined.

48. கண்ணனிடம் ஞானம் - பக்தி யோகம்

தயக்கமின்றி மனதையும் புத்தியையும்
கண்ணனிடம் கொடுப்போமா?
மயக்கமின்றி மனதை நிலைநிறுத்தி
கண்ணனிடம் ஒப்படைப்போமா?
கண்ணனை பக்தி நினைவில்
எப்போதும் நிறுத்துவோமா?
கடினமென்றால் சேவை செயலில்
பக்தியோடு முயல்வோமா?
செய்யும் செயலின் பலன் துறந்து
மன அமைதி அடைவோமா?
கண்ணனே நம் குறிக்கோளென
அர்ப்பணித்து உயர்வோமா?

Krishna's wisdom - Bhakti Yoga

Will we wholeheartedly surrender our mind and intellect to Krishna? Will we steady our minds without delusion and entrust them to Krishna? Will we always keep Krishna in our devotional thoughts? If it is difficult, will we strive with devotion in acts of service? Will we renounce the fruits of our actions and attain peace of mind? Will we dedicate ourselves and rise With Krishna as our ultimate goal?

Interpretation:

This poem is a call to surrender our entire being to Krishna, the divine. It encourages us to let go of our ego and our desire for personal gain, and instead focus on serving Krishna with love and devotion. The poet asks us to be willing to do whatever it takes to achieve this goal, even if it means making difficult sacrifices. Ultimately, the reward for surrendering to Krishna is peace, joy, and liberation.

49. கண்ணனிடம் ஞானம் - க்ஷேத்ர க்ஷேத்ரஞ்ஞு விபாக யோகம்

உடல்போல் உலோக வாகனம் உயிரற்றதை
உயிர்போல் எரிபொருள் இயந்திர துவக்கும்
நோக்கம்போல் பயணம் ஒருதிசை செல்லும்
கருவி காரியம் நோக்கமிவைகள் நுணுக்கம்
பூதஉடல் ஜீவாத்மா பரமாத்மா விளக்கமுறை

உடல்போல் பயனுடை ஆக்கலாம் மண்வயல்
உயிர்போல் வேதிஉரம் நன்னீருடன் நற்பயிர்
நோக்கம்போல் உணவு சேவையில் பசியாற்ற
கருவி காரியம் நோக்கமிவைகள் நுணுக்கம்
பூதஉடல் ஜீவாத்மா பரமாத்மா விளக்கமுறை

சித்திரம் சுவரிருந்தால் தேகவலம் முக்கியம்
சித்திரம் அழகினில் களம்புலன்கள் நித்தியம்
அத்திறம் வித்தியாசமே உடல் உணர்வுக்கும்
அத்திறம் இறைநாடிய அறிவெனில் சத்தியம்

Krishna's wisdom - Kṣhetra Kṣhetrajña Vibhāg Yoga

Part 1: The Analogy of a Metal Vehicle

Just as a metal vehicle is inanimate like a body,

Fuel ignites the engine like the soul,

The journey has a destination like a purpose,

The instrument, action, and purpose are subtle distinctions,

This is the explanation of the physical body, Jiva (soul), and
Paramatma (Supreme Soul).

Part 2: The Analogy of a Cultivated Field

Just as a cultivated field can be made productive like a body,

Fertilizer and good water nourish the crop like the soul,

The purpose is to satisfy hunger through food service,

The instrument, action, and purpose are subtle distinctions,

This is the explanation of the physical body, Jiva (soul), and
Paramatma (Supreme Soul).

Part 3: The Analogy of a Painting

Just as the physical structure is important for a painting on a wall,

The senses are constantly drawn to the beauty of the painting,

Similarly, there is a difference between physical sensation and
consciousness,

And this knowledge of the divine path is the truth.

Overall Summary

The text uses three analogies – a metal vehicle, a cultivated field, and
a painting – to explain the relationship between the physical body, the

soul (Jiva), and the Supreme Soul (Paramatma). The analogies highlight the subtle distinctions between the instrument, action, and purpose in each context. The underlying message is that true knowledge lies in understanding the nature of the soul and its connection to the Supreme Soul.

Additional Notes

The term "Kṣhetra Kṣhetrajña Vibhāg Yoga" refers to the concept of distinguishing between the field (kṣhetra) and the knower of the field (kṣhetrajña). This is a central teaching in the Bhagavad Gita, a Hindu scripture.

50. கண்ணனிடம் ஞானம் - குண த்ரய விபாக யோகம்

சோம்பல் உறக்கம் தாமதம் அலட்சியம்
வெம்பல் வீழ்வில் வீணாகும் வாழ்க்கை
ஏம்பல் மாயையாகும் தாமச குணங்கள்
நீம்பல் நன்றென விட்டொழித்தல் இவை

மோகம் மிகவாகி பேராசை அமைதியின்மை
வேகம் வழக்கமாகி உலகின்பத் துரத்தலில்
போகம் தற்காலிகமாகும் ராஜச குணங்கள்
ஊகமுணர் சரியது கட்டுப்படுத்தல் இவை

தூய்மை நல்லிணக்கம் சமநிலை ஞானம்
வாய்மை புறமகிழ்வில் உணவில் நிதானம்
பொய்மை கழித்திடும் சத்துவ குணங்கள்
ஆய்மை நற்செயல்கள் நாடிடுவோம் இவை

Krishna's wisdom - Guna Traya Vibhāg Yoga

Sloth, sleep, procrastination, and indifference Lead to a life wasted in vain. These are the qualities of Tamas Guna, which cloud the mind and lead to delusion. Therefore, abandon them and strive for the good.

Excessive desire, greed, and restlessness Drive one to chase worldly pleasures. These are the qualities of Rajas Guna, which are temporary and lead to suffering. Therefore, control and regulate them.

Purity, harmony, equanimity, and wisdom Truthfulness, moderation in speech and food, eliminating falsehood - these are the qualities of Sattva Guna. Therefore, strive for these noble actions.

Summary:

This passage from the Bhagavad Gita highlights the three Gunas, or modes of material nature: Tamas, Rajas, and Sattva.

The passage emphasizes the importance of cultivating Sattva Guna qualities and avoiding the negative influences of Tamas and Rajas Gunas. By doing so, one can progress on the spiritual path towards liberation and enlightenment.

51. கண்ணனிடம் ஞானம் - புருஷோத்தம யோகம்

ஜீரண நெருப்பாய் கண்ணனே உருவெடுத்து
திரவகுடியும் மென்றும் கடியுறிஞ்சி நக்கியும்
காரண நிமித்தமாய் நான்வகை உணவையும்
பூரண வேள்வியில் உடல் ஒருங்கிணைத்தும்
உள்மூச்சு வெளிமூச்சு சமச்சீராய் விடுதலில்
துள்மனம் மாயைவிடுத்த நித்திய இருப்பிடம்
தேடுதலில் தலைகீழான அஸ்வத்த மரத்தின்
நாடுதலில் ஆதாரம் வேர்களாய் கண்ணனின்
அடைக்கலம் புகுந்து மறுபிறப்பில்லை என்ற
கடைக்கண் பார்வையில் கண்ணன் கருணை

Krishna's wisdom -
15. Purushottam Yoga

Krishna, taking the form of the digestive fire, Consumes, chews, swallows, and licks the four types of food, which are the cause and effect of our actions, and unites the body in a complete sacrifice.

In the balance of inhalation and exhalation, the mind, free from illusion, finds its eternal abode. Seeking the root of the inverted fig tree, Krishna's refuge, where there is no rebirth, The compassionate gaze of Krishna's eyes.

Interpretation:

This verse from the Bhagavad Gita describes the process of spiritual attainment through the metaphor of digestion. Just as the digestive fire breaks down food into its essential components, Krishna, as the divine principle, helps us to break down our ego and attachments, allowing us to experience our true nature. The four types of food represent the four stages of life: childhood, youth, adulthood, and old age. The sacrifice represents the offering of our ego and desires to the divine. The balance of inhalation and exhalation represents the balance of the mind and body. The inverted fig tree represents the illusion of the material world. Krishna's refuge represents the state of liberation from the cycle of birth and death.

52. கண்ணனிடம் ஞானம் - தெய்வாஸுர ஸம்பத் விபாக யோகம்

தெய்வீக நற்குணங்களின் கீதா மாலையாய்
அச்சமின்மை அகிம்சை அமைதி அடக்கமும்
ஆன்மிகறிவு மனத்தூய்மை தொண்டு குணம்
தியாகம் புனித நூல்படித்தல் எளிமை வீரியம்
நேர்மை கோபம்விடுதல் உடுப்பிலும் எளிமை
குறைகள் பொறுத்தல் பேராசை ஒழித்தலும்
இரக்கம் அனைவரிடமும் மன்னிக்கும் குணம்
பகமை எவரிடமும் இல்லாமை நிலைத்தனம்
மென்மை துணிவு வீண்பெருமை இல்லாமை
செய்வழி நடைபாதையாய் கூறும் கண்ணன்

அசுர குணங்களின் பட்டியலாய் தருவான்
கர்வம் கபடம் ஆணவம் கோபம் கடுமையும்
அறியாமை பேய் இயல்பில் உலக அழிவின்
அச்சுறுத்தலாய் கொடூர செயல்கள் காமம்
அநியாயவழியில் செல்வம் திரட்டும் ஆசை
இந்தஅசுர ஆன்மாக்கள் மீண்டும் மீண்டும்
பிறப்பெடுத்து நரகவாயிலில் இருந்திடுவர்

Krishna's wisdom - Deivāsura Sampad Vibhāg Yoga

Divine Virtues:

- Fearlessness
- Non-violence
- Peacefulness
- Self-control
- Spiritual knowledge
- Purity of mind
- Selflessness
- Sacrifice
- Reciting holy scriptures
- Humility
- Valour
- Honesty
- Letting go of anger
- Simplicity in clothing
- Tolerance of faults
- Renunciation of greed
- Compassion for all

- Forgiveness

- Absence of enmity towards anyone

- Steadfastness

- Gentleness

- Courage

- Absence of vanity

- Following the path of righteousness

Demonic Traits:

- Pride

- Hypocrisy

- Arrogance

- Anger

- Harshness

- Ignorance

- Demonic nature

- Threat of world destruction

- Cruel acts

- Lust

- Desire to amass wealth through unjust means

- These demonic souls are repeatedly reborn and end up at the gates of hell

53. கண்ணனிடம் ஞானம் - ஶ்ரத்தா த்ரய விபாக யோகம்

மூன்று பாதைகளில் மானிடனின் வாழ்வு
குருட்டுவழி தாமஸம் என்கிற அறியாமை
இருட்டுவழி ராஜஸம் எனும் ஆர்வமுடமை
திறப்புவழி ஸாத்வீகம் என்கிற நற்குணம்

மூன்று வாகனங்களில் மானிடப் பயணம்
யஞ்ஞும் என்கிற யாகம் சடங்குமுறைகள்
தபஹ என்கிற தவம் ஆன்மிகசாதனைகள்
தானம் என்கிற தருமம் கொடைத்தன்மை

மூன்று வகை வழிப்பயண உபகரணங்கள்
உணவு அதன்மூலம் வரும் உடல்வலிமை
வழிபாடு அதன்மூலம் வரும் மனப்பக்குவம்
துறவு அதன்மூலம் வரும் துறத்தல்குணம்

அதிகசமயலில் சுவையயற்ற நாட்பட்ட அழுகிய
மதிகுறைவில் தூய்மையற்ற உணவு தாமஸம்
அதிகபுளிஉப்பும் கசப்பும் உலர்ந்த காரமான
கொதிதூட்டில் துக்கவலி நோய்தரும் ராஜஸம்
அதிகசாறும் சதைப்பற்றும் இயற்கைச்சுவை
மதிமகிழ்வு ஆரோக்கிய நல்லுணவு ஸாத்வீகம்

ஆவிகளை பேய்களை வழிபடுவது தாமஸம்
யக்ஷனை அசுரர்களை வழிபடுவது ராஜஸம்

தேவலோக தேவரை வழிபடுவது ஸாத்வீகம்
அகங்கார பேராசையில் துறவறம் தாமசம்
பாசாங்குவேஷ பகட்டில் துறவறம் ராஜஸம்
வேதவசனங்கள் முறை துறவறம் ஸாத்வீகம்

வழங்கா உணவும் மந்திர உச்செரிப்பில்லா
புழங்காஉறுதி தானமிடா யஞ்ஞும் தாமசம்
பொருள்நன்மை வேண்டி பெருமை கூட்டி
அருள்தின்மை நோக்கில் யஞ்ஞும் ராஜஸம்
கடமையென்ற மனயுறுதி பலனெதிர் பாரா
மடமையகல வேதமுறை யஞ்ஞும் ஸாத்வீகம்

தீங்கு விளைவித்து துன்புறுத்தியும் கருத்து
ஈங்கு குழப்பம்கொள்ள தவமுறை தாமசம்
புகழ் ஆன்றமதிப்பு ஆடம்பர ஆரவாரத்தில்
அகழ் மரியாதைவனப்பு தவமுறை ராஜஸம்
தூய்மை எளிமை பிரும்மச்சரியம் அகிம்சை
வாய்மை ஆன்மீககுரு தவமுறை ஸாத்வீகம்

இடம்நேரம் தவறு தகுதியற்ற பேருக்கு
அடம்பிடி மதிப்பில்லா தானம் தாமசம்
வெகுமதி எதிர்பார்த்து திரும்பி பெறும்
நகுதலில் தயக்கத்தில் தானம் ராஜஸம்
பிரதிபலன் எதிர்பாரா அமைதி மோனம்
நேரம்இடம் சரியாக தானம் ஸாத்வீகம்

ஓம்தத்ஸத் உணவு வழிபாடு துறவு கரணம்
ஓம்தத்ஸத் யஞ்ஞும் தவம் தானம் வாகனம்
ஓம்தத்ஸத் தேவ வேதம் ஸாத்வீக பயணம்
ஓம்தத்ஸத் சத்தியம் நற்குணமே எண்ணம்
ஓம்தத்ஸத் நித்தியம் இருப்பிலே கண்ணன்

Krishna's wisdom - Śhraddhā Traya Vibhāg Yoga

The Three Paths of Human Life

- **Tamas (Ignorance):** The path of blindness, characterized by ignorance, superstition, and inertia.

- **Rajas (Passion):** The path of restlessness, characterized by excessive desire, ego, and attachment.

- **Sattva (Goodness):** The path of liberation, characterized by purity, knowledge, and selfless action.

The Three Vehicles of Human Journey

- **Yajna (Sacrifice):** Ritualistic offerings and ceremonies performed with faith and devotion.

- **Tapas (Austerity):** Spiritual practices like meditation, penance, and self-discipline.

- **Dana (Charity):** The selfless giving of material possessions or knowledge.

The Three Instruments of Pilgrimage

- **Anna (Food):** Nourishes the body and provides physical strength.

- **Upasana (Worship):** Purifies the mind and cultivates mental clarity.

- **Tyaga (Renunciation):** Detachment from worldly desires and ego.

Tamasic Food

- Overcooked, stale, tasteless, and impure food.

- Food that is excessively sour, salty, bitter, or spicy.

- Food that causes distress, illness, and pain.

Rajasic Food

- Food that is heavy, greasy, and meaty.

- Food that is consumed for show or to satisfy cravings.

- Food that is consumed without regard for its effects on the body or mind.

Sattvic Food

- Fresh, wholesome, and naturally flavourful food.

- Food that is consumed in moderation and with awareness.

- Food that promotes physical and mental well-being.

Tamasic Worship

- Worship of ghosts, spirits, and lower deities.

- Worship motivated by fear, greed, or self-interest.

- Rituals performed without understanding or sincerity.

Rajasic Worship

- Worship of powerful deities or demi-gods.

- Worship motivated by the desire for fame, fortune, or power.

- Rituals performed with ostentation and pomp.

Sattvic Worship

- Worship of the Supreme Divine with love, devotion, and surrender.

- Worship performed with a pure heart and a desire for spiritual growth.

- Rituals performed in accordance with Vedic scriptures.

Tamasic Yajna

- Yajnas performed without proper guidance or understanding.

- Yajnas performed with the expectation of material rewards.

- Yajnas performed without regard for the welfare of others.

Rajasic Yajna

- Yajnas performed for personal gain or self-promotion.

- Yajnas performed with a showy display of wealth or power.

- Yajnas performed without a spirit of humility or devotion.

Sattvic Yajna

- Yajnas performed with the intention of serving God and humanity.

- Yajnas performed in accordance with Vedic scriptures and with a pure heart.

- Yajnas performed with gratitude and a sense of sacrifice.

Tamasic Tapas

- Self-mortification or austerities performed for show or to impress others.

- Austerities that cause harm to oneself or others.

- Austerities that are motivated by anger, hatred, or envy.

Rajasic Tapas

- Austerities performed for the sake of fame, recognition, or power.

- Austerities that are undertaken with pride or arrogance.

- Austerities that are inconsistent or unsustainable.

Sattvic Tapas

- Austerities performed with humility, sincerity, and devotion.

- Austerities that are undertaken for the purpose of spiritual growth and self-purification.

- Austerities that are practiced in moderation and with a sense of balance.

Tamasic Dana

- Giving gifts that are inappropriate, useless, or stolen.

- Giving gifts out of a sense of obligation or guilt.

- Giving gifts with the expectation of something in return.

Rajasic Dana

- Giving gifts to gain favour, popularity, or social status.

- Giving gifts with a sense of pride or superiority.

- Giving gifts reluctantly or with a sense of detachment.

Sattvic Dana

- Giving gifts that are useful, needed, and given with love.

- Giving gifts without expecting anything in return.

- Giving gifts with a spirit of generosity and compassion.

The Essence of Sattvic Life

- "Om Tat Sat" (Truth Is) is the essence of all three instruments of pilgrimage: food, worship, and charity.

- "Om Tat Sat" is the essence of all three vehicles of human journey: yajna, tapas, and dana.

- "Om Tat Sat

54. கண்ணனிடம் ஞானம் - மோக்ஷ ஸன்யாஸ யோகம்

சந்நியாசம் என்பது ஆசைகூடிய செயல்துறவு
தியாகம் என்பது ஆசைதுறந்து செயலீடுதல்
கைவிடுவது அவன் கைப்பிடிப்பதற்கு ஆகும்
யஞ்ஞும் தானம் தவமென்றும் விடுவதற்கில்லை

சோம்பலில் துஞ்சி செயல்விடுதல் தாமஸம்
உடலில்வலி அஞ்சி செயல்விடுதல் ராஜஸம்
நித்யகர்மாவை பற்றற்று பலன் எதிர்பாராது
உத்தமன் விஞ்சி செயலாற்றலே ஸாத்வீகம்

உடலை உறைவிடமாக்கி பல்வித இந்திரியம்
இடம்பிடித்து அதில் கர்த்தாவாக பல்விதமான
செயல்களின் உருவிடமாக தெய்வீக அருளும்
இயல்பாகவே ஐந்துவகை காரணிகள் ஆகும்

உடலால் மனதால் வாக்கால் செயல்களாக
தொடங்கும் நியாயம் அல்லது விபரீதமான
கடமைகள் எதற்கும் காரணிகள் ஐந்தாகும்
நடத்துவது தான் என்றெண்ணம் இகழாகும்

நான் செய்கிறேன் என்றஅகந்தை இல்லை
நான் புத்தியில் தான்நடக்கும் என்பதில்லை
நான் நலம்வேண்டி அழித்தால் பிழையிலை
நான்சொல்வேன் நம்பு என்றான் கண்ணன்

மனதுக்குவ்வாத வேலை வந்தால் விடாதே
மனம்விரும்பிய வேலை தேடி அலையாதே
மனம்தாண்டி இயல்பான வேலை கடமை
தானம் தவம் தியாகம் செயலில் நற்குணம்

Krishna's wisdom - Moksha Sanyas Yoga

Sannyasa (Renunciation)

- **Sannyasa** refers to the renunciation of actions with a desire for the fruits of those actions.

- **Tyaga (Sacrifice)** refers to the performance of actions without attachment to the fruits of those actions.

- **Giving up** is for the purpose of attaining something.

- **Yajna (Sacrifice), Dana (Charity), and Tapas (Austerity)** should never be given up.

The Three Gunas

- **Tamasic** (Inert) nature is characterized by laziness and inaction.

- **Rajasic** (Active) nature is characterized by performing actions out of fear of physical discomfort or pain.

- **Sattvic** (Pure) nature is characterized by performing one's prescribed duties (Nitya Karma) without attachment to the results.

The Five Factors

- The body, the senses, the mind, the intellect, and the divine grace are the five natural factors that cause various actions to take place, using the body as a dwelling place.

The Five Causes

- The five causes of any justified or unrighteous duty that begins with the body, mind, speech, or action are the five factors.

- The notion that "I am the doer" is to be shunned.

Krishna's Words

- There is no ego of "I am doing."

- It is not in my intellect that actions happen.

- There is no fault if I destroy for my own good.

- I will speak, believe me, said Krishna.

Work and Duty

- Do not give up when faced with unpleasant work.

- Do not wander in search of work that the mind desires.

- Work that is natural and goes beyond the mind is duty.

- Charity, austerity, and sacrifice are the good qualities in action.

55. கண்ணனிடம் ஞானம் - மோக்ஷ ஸன்யாஸ யோகம்

ஞானமெனும் அறிவு ஜேயமெனும் அறிபொருள்
ஞானியுனும் அறிபவன் செயல்காரணி மூன்றும்
கர்மமெனும் செயல் கருவியெனும் செய்முறை
கர்த்தாவென செய்பவனும் கர்மபற்று மூன்றாம்

நீதிக்கும் அநீதிக்கும் இடையிலே குழப்பம்
தீதுசரியெது நடத்தை வேறுபடுத்த கடினம்
தர்மம்அதர்மம் பிரிவில் பாகுபடுத்த சலனம்
தீர்மானம் அப்புத்தி சஞ்சலத்தில் ராஜஸம்

அஞ்ஞான இருளில் முழுமூழ்கிய அறிவோடு
அசத்தியத்தை சத்தியம் என்ற நினைவோடு
அதர்மத்தை தர்மம் என்றும் கற்பனையோடு
அந்நிலை அடைந்ததில் துற்புத்தி தாமஸம்

மனம் ஒருநிலையில் பிறழாத உறுதியில்
குணம் எதுநல்லது கெட்டது என்றறிந்து
தினம் இந்திரியம் பிராணன் நெறியிட்டு
அவன் அறிவுசெயல் சத்புத்தி ஸாத்வீகம்

பிறரின் தர்மத்தை சரியாக செய்வதைவிட
தவறாகதன் தர்மத்தை செய்வது மேலாகும்
இயல்பார்ந்த கடமை அது எதுவானாலும்
செயல்சார்ந்த முறையில் பாவம் எதுவுமிலை

இயல்பான வேலையை செய்ய மறுப்பதுவும்
இயல்பற்ற வேலையை உயர்வு என்றெண்ணி
தேடுவதும் பாவங்கள் இரண்டு நிலையிலும்
கூடுவது கர்மவினைகள் ஓட்டுவது நிச்சயம்

Krishna's wisdom - Moksha Sanyas Yoga

Knowledge and the Knowable

- **Jnana (Knowledge)** is the understanding of the knowable.

- The three factors are knowledge, the knowable, and the knower.

Action and the Doer

- **Karma (Action)** is the act itself.

- **Karana (Instrument)** is how the action is performed.

- **Kartā (Doer)** is the one who performs the action.

- **Karmabandhana (Attachment to Action)** is the third factor.

Confusion between Right and Wrong

- There is confusion between justice and injustice.

- It is difficult to differentiate between good and bad conduct.

- There is agitation in distinguishing between dharma (righteousness) and adharma (unrighteousness).

- Making decisions in this state of mental agitation is rajasic (active) nature.

Tamasic (Inert) Intellect

- The tamasic (inert) intellect is characterized by being completely immersed in the darkness of ignorance.

- It mistakes untruth for truth.

- It imagines adharma (unrighteousness) to be dharma (righteousness).

Sattvic (Pure) Intellect

- The sattvic (pure) intellect is characterized by:

- Steadfastness of mind, not wavering from one's position.

- Knowledge of what is good and what is bad.

- Daily guidance of the senses and life force (prāṇa) towards righteousness.

- Actions based on such knowledge.

The Importance of Fulfilling One's Duty

- It is better to perform one's own dharma (duty) imperfectly than to perfectly perform someone else's dharma.

- There is no sin in any action performed in accordance with one's natural duty, regardless of what that duty may be.

- Refusing to perform one's natural duty and seeking to elevate oneself by performing unnatural actions are both sins.

- In both cases, karmic reactions (karmaviniyoga) will surely accumulate.

56. கண்ணனிடம் ஞானம் - மோக்ஷ ஸன்யாஸ யோகம்

பரமாத்மா கண்ணனை அடைவதற்கு படிகள்
முதல் படியிது புனிதபுத்தி பெற்று புலன்கள்
அதனை கட்டுப்படுத்தி ஈர்ப்பு வெறுப்புவிட்டு
பிரம்மனை அடையும் தகுதிக்கு ஆளாகிறார்

தனிமையை விரும்பி சாப்பாட்டு இலேசாகி
இனிவொரு கட்டுப்பாடு உடல் பேச்சுமனம்
அத்தோடு ஈடுபாட்டில் தியானம் எப்போதும்
இத்தகு முறையில் இரண்டாம் படியதுவாகும்

அகங்காரம் வன்முறை ஆணவம் சுயநலம்
ஆசை சொத்துடைமை இவ்வாறும் விட்டு
பிரம்மனின் இணைப்பில் தகுதியுரு நிலை
மூன்றாம் படியாகும் பயணம் அவனடியில்

துக்கம் விருப்பம் இரண்டும் விட்டுவிட்டு
பக்தியின் மார்க்கத்தை மனரீதியில் பற்றி
யோகியெனும் அடையாளம் முதல்முறை
போகியிவன் எடுக்கும் நான்காம் படியாகும்

அன்பான பக்திஅதுவும் அவன்மேல் மட்டும்
நான்யார் என்று அவனையறிந்து ஐந்தாம்
படியாக அவன்பற்றிய முழுமை உணர்வில்
அடிவைத்து ஜீவாத்மா பயணம் தொடரும்

கண்ணனின் பக்தர்கள் செயல் எதுவாயினும்
கண்ணனிடம் முழு அடைக்கலம் அடைந்து
கண்ணனருளில் நிரந்தர அழியா இருப்பிடம்
கண்ணனோடு ஒன்றாகி உறுதியிது என்றான்

ஜீவாத்மாவிற்கு பரமாத்மாவே ஒரே இலக்கு
தேவாஉன்னிடம் எச்செயலும் அர்ப்பணிப்பு
புத்தியின் யோகத்தில் அடைக்கலம் பெற்று
நித்தியநிலையில் உணர்வை நிறுத்து என்றான்

Krishna's wisdom - Moksha Sanyas Yoga

Steps to Reaching the Supreme Soul, Krishna

First Step

- Attain a pure intellect and control the senses.

- Let go of attraction and aversion.

- Become qualified to reach Brahman (the Absolute).

Second Step

- Embrace solitude and light eating.

- Exercise control over the body, speech, and mind.

- Engage in continuous meditation with devotion.

- This is the second step in the process.

Third Step

- Let go of ego, violence, pride, selfishness, and desire for material possessions.

- Become qualified for union with Brahman.

- Take the journey to His feet.

- This is the third step.

Fourth Step

- Let go of both sorrow and desire.

- Mentally embrace the path of devotion.

- For the first time, attain the identity of a yogi (seeker of truth).

- This is the fourth step that one takes.

Fifth Step

- Develop loving devotion solely for Him.

- Know oneself as "Who am I?"

- Based on the complete understanding of Him,

- The Jiva (individual soul) continues its journey.

Krishna's Devotees

- Whatever action Krishna's devotees perform,

- They seek complete refuge in Krishna.

- In Krishna's grace, they attain an eternal and imperishable abode.

- This is the assurance of becoming one with Krishna.

The Ultimate Goal

- The only goal of the Jiva (individual soul) is the Paramatma (Supreme Soul).

- Dedicate every action to You, O Deva (God).

- Seek refuge in the yoga of the intellect.

- Fix the consciousness in the eternal state.

57. கண்ணனிடம் ஞானம் - மோக்ஷ ஸன்யாஸ யோகம்

கரம்தூக்கி சொன்னான் கண்ணன் ரகசியம்
சிரம்வணங்கி என்னிடம் பக்தி செலுத்திடு
எப்பொழுதும் உன்நினைவில் நான் மட்டும்
அப்படிசெய் என்னிடம் நிச்சயம் நீவருவாய்
இது உனக்கான என்னுடைய உறுதிமொழி
அது ஏனென்றால் நீயெனக்கு பிரியமானவன்

சொல்லாதே இந்த ரகசியம் துறவறமற்றவன்
இல்லாதபக்தியும் ஆன்மீகம் நாட்டமற்றவன்
சொல்லாதே அவரிடம் என்மீது பொறாமை
உள்ளவன் அவனோடு பேசாதே நீயென்றான்

நான்கூறும் கீதை உரையாடல் படிப்பவரும்
என்னை அறிவின் தியாகத்தின் புத்தியுடனும்
என்னென்றும் வணங்குவர் என அறிவிப்பேன்
புண்ணியவான் புண்ணிய ஸ்தலம் அடைவரே

Krishna's wisdom - Moksha Sanyas Yoga

Krishna's Secret

Raising His hand, Krishna revealed a secret: "Bow your head and offer devotion to Me. Let Me be always the only one in your thoughts. Do this, and you will surely come to Me. This is My promise to you, for you are dear to Me."

Keeping the Secret

"Do not tell this secret to the irreligious, To those devoid of devotion and spiritual inclination. Do not speak of Me to those who are envious of Me. Do not associate with such people," He said.

The Power of the Gita

"I declare that those who study and follow the teachings of the Gita, With the intellect of knowledge and sacrifice, Will always worship Me. The virtuous will surely attain the abode of virtue."